SET / NET / UPSC / MPSC

# वस्तुनिष्ठ इतिहास

## Objective History

संपादक

**किरण होळकर**

**सौमित्र उदय केंजळे**

डायमंड पब्लिकेशन्स

# वस्तुनिष्ठ इतिहास

किरण होळकर, सौमित्र उदय केंजळे

Objective History

Kiran Holkar, Soumitra Kenjale

प्रथम आवृत्ती : ऑक्टोबर २००८

पुनर्मुद्रण : जानेवारी २०११

ISBN 978-81-8483-046-0

© डायमंड पब्लिकेशन्स, पुणे

मुखपृष्ठ

शाम भालेकर

मुंबई

प्रकाशक

डायमंड पब्लिकेशन्स

१२५५, सदाशिव पेठ, लेले संकुल

पहिला मजला, निंबाळकर तालमीसमोर

पुणे ४११ ०३०. ☎ ०२०-२४४५२३८७

diamondpublications@vsnl.net

www.diamondbookspune.com

प्रमुख वितरक

डायमंड बुक डेपो

६६१, नारायण पेठ, अप्पा बळवंत चौक

पुणे ४११ ०३०. ☎ ०२०-२४४८०६७७

---

# लेखकपरिचय

**किरण होळकर** (एम. ए. इतिहास)
स्पर्धा परीक्षा अध्यापनाचा दीर्घ अनुभव. राज्य लोकसेवा आयोगाच्या मुख्य परीक्षेकरता पात्र.

**सौमित्र उदय केंजळे** (एम. ए. इतिहास)
स्पर्धा परीक्षांच्या क्षेत्रात २००५ पासून कार्यरत

# परीक्षेविषयी माहिती

सेट व नेट ह्या परीक्षांचा अभ्यासक्रम जवळजवळ समान आहे. ह्या परीक्षांमध्ये एकूण तीन पेपर परीक्षार्थीने सोडविणे आवश्यक असते. पैकी पहिले दोन पेपर वस्तुनिष्ठ असून त्यांत प्रत्येकी ५० प्रश्नांचा समावेश असतो. दोन्ही पेपरमध्ये मिळून ५०% गुण मिळावे लागतात, अन्यथा अशा विद्यार्थ्यांचा तिसरा पेपर, जो लेखी असतो, तो तपासला जात नाही.

केंद्रीय लोकसेवा आयोगाचा अभ्यासक्रम अधिक विस्तृत आहे. या पेपरमध्ये एकंदरीत १२० प्रश्न विचारले जातात. प्रत्येक विषयाचा कट ऑफ प्रत्येक वर्षी वेगळा असल्याने किती गुण मिळवावे लागतात ह्याविषयी निश्चित अंदाज बांधता येत नाही. तरीपण १२० पैकी किमान ७० प्रश्न बरोबर आले पाहिजेत ही खूणगाठ मनाशी पक्की ठेवावी. केंद्रीय लोकसेवा आयोगाच्या परीक्षेत नकारात्मक गुणांकन आहे. त्यामुळे १२० पैकी ७० प्रश्न बरोबर सोडविणे हे आव्हानात्मक असते. एक प्रश्न चुकला की ३३% गुण वजा केले जातात. ह्या सर्व गोष्टींचा विचार करून उमेदवाराला आपल्या अभ्यासाची पद्धती निश्चित करावी लागते.

आपणास आपल्या वाटचालीत सुयश मिळो हीच आमची सदिच्छा.

प्रश्नांचे प्रकार –

## Straightforward - साधेसरळ प्रश्न

ह्या प्रकारच्या प्रश्नांमध्ये थेट प्रश्न विचारला जातो. भाषा संदिग्ध नसते. मात्र प्रश्न बऱ्याचवेळा लांबलचक असतो. असा प्रश्न वाचताना प्रश्नात नक्की काय विचारले आहे हे जाणून घेऊन मग पर्यायांचा विचार करावा. घाईघाईने पर्याय निवडू नये.

## Chronology Based - कालक्रमाधारित

ह्या प्रकारचे प्रश्न कालक्रमाधारित असतात. ह्यात अतिशय छोट्या कालावधीत घडलेल्या महत्त्वाच्या घटनांची विस्कळित यादी असते. ह्या घटना कालक्रमानुसार योग्य पद्धतीने लावणे अपेक्षित असते. ह्या प्रकारच्या प्रश्नांसाठी अभ्यास करताना ज्या प्रकारच्या कालखंडांमध्ये अशा घटना घडलेल्या आहेत,

विशेषतः छोट्या कालावधीत महत्त्वाच्या घटना घडलेल्या आहेत, असे कालखंड 'फोकस' (केंद्रित) करावेत. महत्त्वाच्या घटना व त्यांच्या सनावळ्या मोठ्या अक्षरात लिहून सहज दिसेल अशा जागी टांगून ठेवाव्यात.

## Which of the Following - खालील विधानांपैकी

या प्रकारच्या प्रश्नांत दोन विधाने किंवा तीन विधाने दिली जातात व त्यांतील योग्य विधान ओळखणे अपेक्षित असते. ह्या प्रकारचे प्रश्न चुकण्याची शक्यता सर्वाधिक असते. कारण बऱ्याच वेळा दोन्ही विधानांचा एकमेकांशी काहीही संबंध नसतो. अशा वेळी दोन्ही विधानांतील ऐतिहासिकता तपासावी लागते. हे प्रश्न घाईघाईने सोडवू नयेत. दोन्ही विधानांचा, त्यातील माहितीचा स्वतंत्रपणे  व शांतपणे विचार करावा. त्यानंतरच उत्तर निश्चित  करावे.

## Assertion and reason - विधान व कारण

ह्या प्रकारचे प्रश्न सर्वाधिक अवघड असतात.  ह्या प्रश्नांसाठी 'थिअरी' स्ट्राँग असणे अत्यंत आवश्यक आहे. संकल्पना स्पष्ट असणे महत्त्वाचे. प्रश्न सहज न समजणाऱ्या भाषेत असतात. उदा- गंगेच्या खोऱ्यातील नागरीकरणाचा प्रश्न सोडवत असताना तेथील नागरीकरण व  NBPW (Northern Black Polished Ware) यांचा अन्योन्य संबंध माहीत असावाच लागतो.

या प्रकारच्या प्रश्नांसाठी उजळणी अत्यंत महत्त्वाची आहे. कारण त्यातील प्रश्न 'फॅक्ट्स' (घटनां)वर आधारित असले तरी फॅक्ट्स, थिअरी  (तात्त्विक भूमिका, औपपत्तिक मीमांसा सिद्धान्त) यांची सांगड इथे घालावी लागत असते हे लक्षात ठेवावे.

## Consider the following - खालील विधानांचा विचार करा

हे प्रश्न Which of the Following सारखेच असतात. फक्त या प्रकारात एखाद्या संकल्पनेच्या, व्यक्तिमत्त्वाच्या वा घटनांच्या संदर्भात विधानांचा विचार करावा लागतो. प्रश्नांची भाषा सहज न समजणारी असते.

## जोड्या लावा

ह्या प्रकारचे प्रश्न सोपे असले तरी ते सोडविण्यात वेळ जाऊ शकतो. बऱ्याच वेळा A स्तंभात चार घटक दिले जातात तर B स्तंभात ६ घटक दिले जातात. अशा वेळी आपणास चारही जोड्या लावण्यात जाणारा वेळ सरावानेच कमी होऊ शकतो.

# अनुक्रमणिका

## सरळ प्रश्न

## प्राचीन

1) संस्कृत व युरोपिअन भाषांचे मूळ एकच असावे असे प्रतिपादन कुणी केले?

(A) हेन्री कोलब्रुक (B) विल्यम जोन्स

(C) जेम्स मिल (D) होरेस विल्यम

2) बलुचीस्थानच्या भागात कोणती द्राविड कुलातील भाषा अद्याप बोलली जाते?

(A) ब्राहुई (B) ब्राह्मी (C) ब्रज (D) पुश्तू

3) बोगाझ कोई या शिलालेखाचा शोध कुणी लावला?

(A) जेम्स प्रिन्सेप (B) मॅक्सम्यूलर

(C) ह्युगो विंकलर (D) होरेस विल्यम

4) बोगाझ कोई शिलालेखावरून कोठल्या जमातींमध्ये झालेल्या तहाची माहिती मिळते?

(A) मिटानी-कस्साइट (B) हिट्टाइट / कस्साइट -मिटानी

(C) कस्साइट-हिट्टाइट (D) हिट्टाइट-मिटानी

5) कुठल्या वेदाला गानवेद म्हणतात?

(A) यजुर्वेद (B) कृष्ण सामवेद

(C) सामवेद (D) शुक्ल सामवेद

6) शौनकीय आणि पिप्पलाद या संहिता कुठल्या वेदाशी संबंधित आहेत?

(A) अथर्ववेद (B) यजुर्वेद

(C) ऋग्वेद (D) सामवेद

7) 'दाशराज्ञ' युद्ध कुठल्या नदीच्या काठी झाले?

(A) शतद्रू (B) असिक्नी

(C) व्यास (D) परुष्णी

8) सरस्वती व दृषद्वती, नद्यांच्या खोऱ्यात आर्य स्थायिक झाले, या भागाला मनूने ------ संज्ञा दिली आहे.

(A) आर्यावर्त (B) ब्रह्मावर्त

(C) भरतदेश (D) वरीलपैकी नाही.

9) कुठल्या यज्ञामध्ये पुरोहित, सेनानी इत्यादी अधिकाऱ्यांकडे जाऊन त्यांना सम्राटाने भेटवस्तू देण्याचा विधी सांगितला आहे?

(A) अश्वमेध (B) पुरुषमेध
(C) वाजपेय (D) राजसूय

10) सभा व समिती या प्रजापतीच्या जुळ्या कन्या असल्याचा उल्लेख कोणत्या ग्रंथात आहे?
(A) ऋग्वेद (B) अथर्ववेद
(C) शतपथ ब्राम्हण (D) गोपथ ब्राह्मण

11) वेदाभ्यासात प्रावीण्य मिळवलेल्या स्त्रियांना कुठल्या उपाधीने संबोधले जात असे?
(A) ब्रह्मवादिनी (B) हंसवादिनी
(C) चतुरा (D) वरीलपैकी नाही

12) पहिला जैन तीर्थंकर कोण होता?
(A) सब्बकामी (B) ऋषभदेव
(C) महावीर (D) पार्श्वनाथ

13) जैनधर्मात अहिंसा, सत्य, अस्तेय, अपरिग्रह ही चार तत्वे कुणी अंतर्भूत केली?
(A) अरिष्टनेमी (B) महावीर
(C) ऋषभदेव (D) पार्श्वनाथ

14) जैनधर्मीयांच्या चार तत्त्वांमध्ये महावीराने कुठल्या तत्त्वाची भर घातली?
(A) अचौर्य (B) संन्यास
(C) ब्रह्मचर्य (D) उपासना

15) सम्यक ज्ञान, सम्यक दर्शन आणि सम्यक चारित्र यांना जैनांची ----- म्हणतात?
(A) त्रिसूत्रे (B) त्रिरत्ने
(C) त्रिगर्तमोक्षमार्ग (D) त्रिपादध्येयमार्ग

16) जैनधर्मातील अहिंसा-आत्मक्लेश-अन्नत्याग-प्राणत्याग या आचरणास काय म्हणतात?
(A) सल्लेखना (B) समाधी
(C) आलोचना (D) वरीलपैकी नाही

17) जैनधर्मातील पर्वांची संख्या किती आहे?
(A) १६ (B) १२
(C) ११ (D) ९

18) म्हैसूरमध्ये जैनधर्माचा प्रचार खालीलपैकी कोणी केला?

    (A) स्थूलभद्र                 (B) अजित

    (C) मुनिसुव्रत              (D) भद्रबाहू

19) गौतम बुद्धाचा जन्म, ज्ञानप्राप्ती व महानिर्वाण एकाच तिथीला झाले, ती तिथी कोणती?

    (A) चैत्र पौर्णिमा            (B) वैशाख पौर्णिमा

    (C) माघ पौर्णिमा            (D) फाल्गुन पौर्णिमा

20) गौतम बुद्धाने आपले पहिले प्रवचन कुठे दिले?

    (A) सारनाथ                 (B) कुंडलग्राम

    (C) लुंबिनी                   (D) पावा

21) पहिली बौद्ध धर्मपरिषद कोठे भरली होती?

    (A) वैशाली                  (B) काश्मीर

    (C) राजगृह                  (D) पुरुषपूर

22) कुठल्या बौद्ध धर्मपरिषदेत बौद्ध धर्मात फूट पडून हीनयान व महायान असे दोन पंथ निर्माण झाले?

    (A) पहिल्या                (B) तिसऱ्या

    (C) दुसऱ्या                (D) चौथ्या

23) त्रिपिटकांपैकी कुठल्या ग्रंथात बौद्ध भिक्षुसंघाच्या आचारांचे नियम नमूद केले आहेत?

    (A) विनयपिटक           (B) अधिधम्मपिटक

    (C) सुत्तपिटक            (D) वरीलपैकी नाही.

24) सुत्तपिटक या ग्रंथाचा कर्ता कोण?

    (A) उपाली                  (B) चक्रपलित

    (C) आनंद                   (D) स्थूलभद्र

25) उपाली याने कोणता ग्रंथ निर्माण केला?

    (A) सुत्तपिटक            (B) विनयपिटक

    (C) अधिधम्मपिटक        (D) महायानसंपरिग्रह

26) बौद्ध वाङ्मयाची भाषा कोणती आहे?

    (A) अर्धमागधी           (B) प्राकृत

    (C) मागधी                 (D) पाली

27) कुठल्या बौद्ध ग्रंथात बुद्धाच्या जन्माच्या वेळी असणाऱ्या १६ महाजनपदांचा उल्लेख आहे?

    (A) अंगुत्तर निकाय        (B) दीघ निकाय

    (C) मज्झिम निकाय       (D) जातककथा

28) कुठल्या ग्रंथामधून काशी व कोसल यांच्यातील वैराबद्दल माहिती मिळते?

    (A) कथावास्तू          (B) त्रिपिटक

    (C) महावंस            (D) दीपवंस

29) कुठल्या ग्रंथामध्ये चंपा हे आर्यावर्तातील प्रमुख व्यापारी शहर असल्याचा उल्लेख आहे?

    (A) इंडिका            (B) नॅचरल हिस्ट्री

    (C) दीघनिकाय        (D) सुत्तपिटक

30) रत्नावली व प्रियदर्शिका या नाटकांचा कर्ता कोण आहे?

    (A) बाण             (B) कालिदास

    (C) कल्हण           (D) हर्ष

31) मथुरा हे कृष्णभक्तीचे प्रमुख केंद्र असल्याचा उल्लेख कुठल्या परकीय प्रवाशाने केला आहे?

    (A) ह्यून-एन-त्संग     (B) मॅगेस्थेनिस

    (C) इत्सिंग           (D) फाहियान

32) मगधाची राजधानी गिरिव्रज व नगराचा आराखडा तयार करणारा वास्तुरचनाकार कोण होता?

    (A) कोक             (B) महागोविंद

    (C) स्थंडिल           (D) बलभद्र

33) अजातशत्रू व गौतम बुद्ध यांच्या भेटीचे चित्रण कुठल्या शिल्पात आहे?

    (A) भारहुत          (B) नागार्जुनकोंडा

    (C) सांची            (D) मथुरा

34) खालीलपैकी कुठल्या पर्शियन सम्राटाने स्कायलॅक्स नावाच्या खलाशाला सिंधू नदीचा शोध घेण्यास पाठवले होते?

    (A) सायरस         (B) एपिरस

    (C) झेरस           (D) दारियस

35) आहत नाणी (Punchmark coins) भारतात कुणाकडून आली?

(A) ग्रीस                (B) पर्शियन साम्राज्य

(C) चीन                  (D) रोमन साम्राज्य

36) सेल्युकसकडून मिळालेल्या प्रांताला चंद्रगुप्त मौर्याने काय नाव दिले?

    (A) गांधार              (B) बाल्हिक

    (C) कपिशा             (D) विदिशा

37) बिंदुसाराचा उल्लेख ग्रीक इतिहासकारांनी कुठल्या नावाने केला आहे?

    (A) अमित्रोकेटस        (B) अमित्रोईकेटस

    (C) अमित्रघात          (D) वरीलपैकी नाही.

38) सीरियाच्या राजाने कुणाला मौर्य दरबारात राजदूत म्हणून पाठवले होते?

    (A) डायोनिअस         (B) डायमेकस

    (C) मेगॅस्थेनिस        (D) सेरॉनिअस

39) अशोकाने गिरनार प्रांतावर कुठल्या ग्रीक अधिकाऱ्याची नेमणूक केली होती?

    (A) मेगॅस्थेनिस       (B) केसिअस

    (C) हेलिओडोरस       (D) तुषास्प

40) कुठल्या शिलालेखात अशोकाने त्याच्या बौद्ध धर्मावरील निष्ठेचा उल्लेख केला आहे?

    (A) गिरनार           (B) अलाहाबाद

    (C) भाब्रू             (D) सांची

41) नागार्जुनी लेण्यांचे खोदकाम कुठल्या मौर्य सम्राटाच्या आधिपत्याखाली झाले?

    (A) दशरथ           (B) संप्रती

    (C) कुणाल           (D) बृहद्रथ

42) पुष्यमित्र शुंग व यवनांच्या युद्धाचा कोणत्या ग्रंथात उल्लेख आहे?

    (A) मुद्राराक्षस        (B) मालविकाग्निमित्र

    (C) मृच्छकटिक       (D) मालती-माधव

43) पुष्यमित्र शुंगाने दोन अश्वमेध यज्ञ केल्याचा उल्लेख कोणत्या शिलालेखात आहे?

    (A) सांची            (B) विदिशा

    (C) अयोध्या         (D) मथुरा

44) हेलिओडोरस हा ग्रीक राजदूत कोणत्या राजाच्या पदरी होता?

    (A) पुष्यमित्र शुंग     (B) देवभूती

(C) सुशर्मा       (D) काशीपुत्र भागभद्र

45) खालीलपैकी कुठल्या ठिकाणी सापडलेली भांडी (Pottery) सर्वात प्राचीन मानली जातात?

     (A) चोपनी मांडो       (B) काटेलाई

     (C) चिरांद       (D) बिरभानपूर

46) खालीलपैकी कुठल्या ठिकाणी कुंभाराची भट्टी सापडली आहे?

     A) दायमाबाद       B) इनामगाव

     C) पांडुराजार धिबी       D) हस्तिनापूर

47) खालीलपैकी कुठल्या ताम्रपाषाणयुगीन संस्कृतीच्या ठिकाणी भाजलेल्या विटांचा वापर होत असल्याचा पुरावा मिळतो?

     A) आहर       B) नेवासे

     C) गिलुंड       D) नावडातोली

48) खालीलपैकी कुठे तांदळाच्या उत्पादनाचा पुरावा मिळाला आहे?

     A) किली-गुल-महंमद       C) गणेश्वर

     C) गुमला       D) कोलधिवा

49) कृषिजीवनाचा सर्वात प्राचीन पुरावा कुठे मिळाला आहे?

     A) कायथ       C) मेहेरगड

     C) चोपनी मांडो       D) अत्रंजी खेडा

50) कुठल्या ठिकाणी भित्तिचित्रे मिळाली आहेत?

     A) नापचिक       B) बरझॉम

     C) मोरहाना पहाड       D) दाओजेली हेडिंग

51) खालीलपैकी कुठल्या ठिकाणी कुत्र्याचे दफन त्याच्या मालकाबरोबर केलेले आहे?

     A) बरझॉम       B) गफ्रकल

     C) अंजिरा       D) आदमगड

52) खालीलपैकी कुठल्या ठिकाणी बैलगाडीची मातीची प्रतिकृती सापडली?

     A) कालीबंगन       B) बनवाली

     C) लोथल       D) चन्हुदारो

53) खालीलपैकी कुठले ठिकाण आग लागल्याने नष्ट झाल्याचा पुरावा मिळाला आहे?

A) अमरी     B) सुरकोटडा
C) ढोलवीरा     D) कोटडिजी

54) कुठल्या ठिकाणी शेतनांगरणीचा पुरावा मिळाला आहे?

A) बनवाली     B) नौशेरा
C) कालीबंगन     D) मोहेंजोदडो

55) खालीलपैकी कुठे मातीचे माकड (terracotta monkey) सापडले?

A) हडप्पा     B) लोथल
C) रोपार (रुपड)     D) मोहेंजोदडो

56) कुठल्या ठिकाणी एकाच वेळी दोन मृतदेहांचे दफन केल्याचा पुरावा मिळाला आहे?

A) ढोलवीरा     B) लोथल
C) सुक्तागेंदोर     D) आलमगीरपूर

57) जहाजाची मातीची प्रतिकृती (terracotta model) कुठल्या ठिकाणी सापडली?

A) लोथल     B) मोहेंजोदडो
C) सुक्तागेंदोर     D) चन्हुदारो

58) विणलेल्या कापडाचा पुरावा कुठल्या ठिकाणी मिळाला?

A) हडप्पा     B) ढोलवीरा
C) मोहेंजोदडो     D) कालीबंगन

59) मौर्य साम्राज्यात महसूलवसुलीच्या संदर्भात सर्वोच्च अधिकारी कोण होता?

A) सन्निधाता     B) समाहर्ता
C) अध्यक्ष     D) महामात्र

60) मौर्य साम्राज्यात राजधानीच्या शहरावरील मुख्य अधिकाऱ्यास काय संज्ञा होती?

A) पौर     B) दुर्गपाल
C) नगराध्यक्ष     D) प्रतिहार

61) मौर्य साम्राज्यात सैन्याचा प्रांतीय स्तरावरील अधिकारी कोण होता?

A) भत्सतपती     B) रणबंधारिक
C) महादंडनायक     D) बलदिधकर्णिक

62) मौर्य साम्राज्यात गजदलाचा प्रांतीय स्तरावरील अधिकारी कोण होता?

A) गजदलमुख्य     B) गजपती
C) महापिलुपती     D) गजदलाध्यक्ष

63) मीमांसादर्शनाचा कर्ता कोण?

   A) बादरायण        B) जैमिनी

   C) कपिल        D) चार्वाक

64) वैशेषिक दर्शनानुसार 'पदार्थ' या मूलद्रव्याची विभागणी किती प्रकारात केली आहे?

   A) पाच    B) सात      C) सहा    D) आठ

65) मगधाच्या रहिवाशांचा व्रात्य असा उल्लेख कुठल्या संहितेत आहे?

   a) ऋग्वेद        B) सामवेद

   C) यजुर्वेद        D) अथर्ववेद

66) अनाथपिंडकाने बौद्ध संघाला जेतवनाच्या रूपात काय दान दिले होते?

   A) जमिनीचा तुकडा        B) गायींचा कळप

   C) सुवर्ण        D) रोख रक्कम

67) अशोकाने लुंबिनी या खेड्याला कुठला कर माफ केला होता?

   A) भोग        B) भाग

   C) कर        D) बली

68) मौर्य प्रशासनात चराऊ कुरणांच्या (pastures) प्रदेशावरील सरकारी अधिकारी कोण होता?

   A) गो-अध्यक्ष        B) भूमिक

   C) पटवाध्यक्ष        D) वज्रभूमिक

69) व्याडी हा कोण होता?

   A) नाटककार        B) कवी

   C) व्याकरणकार        D) नर्तक

70) सांचीच्या स्तूपाभोवतीच्या वेदिकांचे (कठडे) बांधकाम कुठल्या काळात झाले आहे?

   A) मौर्य        B) शुंग

   C) सातवाहन        D) नंद

71) 'आमलक' हे वैशिष्ट्य देवळाच्या कुठल्या भागाशी निगडित आहे?

   A) शिखर        B) स्तंभ

   C) गाभारा        D) प्रवेशद्वार

72) मान्सूनचा शोध कुणी लावला असे मानले जाते?

A) प्लिनी B) डायोडोरस

C) प्लुटार्क D) हिप्पालस

73) 'कौमुदीमहोत्सव' या ग्रंथाचा कर्ता कोण?

A) शिखर B) किशोरीक

C) कालिदास D) भवभूती

74) कुठल्या ताम्रपटात गुप्तांच्या काही प्रशासकीय अधिकाऱ्यांचा उल्लेख आहे?

A) इंदोर B) कहौम

C) मल्लसुरल D) बिहार

75) गुप्त प्रशासनात जंगल व किल्ले या खात्याचा अधिकारी कोण होता?

A) वनाध्यक्ष B) गौल्मिक

C) वनदुर्गपाल D) दुर्गाध्यक्ष

76) सांख्यकारिका हा ग्रंथ कुणी लिहिला?

A) ईश्वरकृष्ण B) नागार्जुन

C) कपिल D) पतंजली

77) खालीलपैकी कुणाचा ग्रंथ व्याकरणाशी संबंधित आहे?

A) दिगंग B) स्थिरमती

C) असंग D) चंद्रगोमी

78) खगोलशास्त्रज्ञ आर्यभट्टाच्या ग्रंथाचे नाव काय होते?

A) बृहत्संहिता B) खगोलसंहिता

C) सूत्रसिद्धान्त D) अवकाशसिद्धांतिका

79) वाकाटकांच्या प्रशासनात जिल्ह्याच्या स्तरावर कुठला विभाग होता?

A) आहार B) विषय

C) भोग D) भुक्ती

80) खालीलपैकी कुणी वैदर्भीय काव्यशैली संस्कृत काव्यशैलींपैकी उत्कृष्ट म्हणून सांगितली आहे?

A) कालिदास B) कल्हण

C) दंडी D) विशाखदत्त

81) हर्षाने मोक्षपरिषद कुठे भरवली होती?

A) प्रयाग B) अवंती

C) कनौज D) विदिशा

82) कुठल्या शिलालेखात हर्षवर्धनाची वंशावळ दिलेली आहे?
   A) सोनपत             B) मधुबन
   C) बंशखेरा            D) नालंदा

83) खालीलपैकी कुठल्या शिलालेखात यशोवर्मनविषयी माहिती आहे?
   A) भवानीपूर           B) जयनगर
   C) बिहार              D) नालंदा

84) नैषधीयचरित या ग्रंथाचा कर्ता कोण?
   A) पद्मगुप्त           B) जयसिंह
   C) श्रीहर्ष            D) विजयेंद्र

85) खालीलपैकी कुणी साहित्यविचार (literary criticism) यावर ग्रंथ लिहिला?
   A) भामह              B) क्षेमेंद्र
   C) दंडी               D) कोक पंडित

86) कर्पूरमंजिरी या ग्रंथाचा कर्ता 'राजशेखर' कुठल्या राजाच्या दरबारात होता?
   A) धर्मपाल            B) महेंद्रपाल
   C) लक्ष्मणसेन          D) चंद्रगुप्त विक्रमादित्य

87) भास्कराचार्य यांनी कोणता ग्रंथ लिहिला?
   A) ज्योतिषसंहिता       B) ज्योतिषरत्नाकर
   C) सिद्धान्तशिरोमणी     D) सिद्धान्तसूत्रमणिमाला

88) हरिविजय हा ग्रंथ कुणी लिहिला?
   A) शूद्रक             B) मुरारी
   C) ब्रह्मगुप्त          D) रत्नाकर

89) खजुराहोच्या मंदिरांची निर्मिती कुठल्या चंदेल राजाच्या काळात झाली?
   A) विद्याधर           B) धंग
   C) भोज               D) मदनवर्मन

90) कनौजच्या गाहडवाल सत्तेचा पाया कुणी घातला?
   A) गोविंदचंद्र         B) जयचंद्र
   C) चंद्रदेव           D) उदयचंद्र

91) कुठल्या शिलालेखात चोल साम्राज्यांतर्गत स्थानिक प्रशासकीय व्यवस्थेचे वर्णन दिले आहे?
   A) उत्र मेरूर          B) महेंद्रवाडी

C) कसक्कुडी                          D) चिदंबरम

92) अंगकोरवट हे मंदिर कुठल्या राजाच्या कारकिर्दीत बांधले गेले?

A) जयवर्मन                          B) पूर्णवर्मन

C) सर्ववर्मन                          D) सूर्यवर्मन

93) आग्नेय आशियातील कुठल्या राज्याने मंगोल राजा कुबलाईखानची स्वारी परतवण्यात यश मिळवले होते?

A) चंपा                               B) जावा

C) अन्नाम                             D) बोर्निओ

94) भारतातील सतीचा पहिला शिलालेख कुठे सापडला?

A) देवगड                             B) कौशांबी

C) एरण                               D) हस्तिनापूर

95) नागर मंदिरशैलीचे महत्त्वाचे वैशिष्ट्य काय होते?

A) समतल वृत्ती (horizontal)      B) प्रदक्षिणामार्ग

C) गोल गर्भगृह                       D) ऊर्ध्ववृत्ती (vertical element)

96) कंदरिया-महादेव मंदिराचे बांधकाम कुठल्या राजवंशाच्या आधिपत्याखाली झाले?

A) चंदेल                              B) गाहडवाल

C) कलचुरी                            D) गुर्जर-प्रतिहार

97) मीनाक्षी मंदिराचे बांधकाम कुठल्या राजाने केले?

A) विष्णुवर्धन होयसळ              B) तिरुमल नायक

C) रविवर्मन कुलशेखर               D) सोमेश्वर आहवमल्ल

98) बदामी येथील विष्णुमंदिरगुंफा कुणाच्या काळात खोदण्यात आली?

A) पुलकेशी पहिला                  B) पुलकेशी दुसरा

C) मंगलेश                            D) विक्रमादित्य

99) द्राविड शैलीचे महत्त्वाचे वैशिष्ट्य कोणते?

A) विस्तृत आमलक                  B) चौकोनी गर्भगृह

C) गोपुर पदविन्यास                 D) समतल वृत्ती (horizontal)

100) स्तूपाच्या संदर्भात 'हर्मिका' या संज्ञेचा अर्थ काय?

A) प्रवेशद्वारातील पायऱ्या          B) स्तूपाच्या माथ्यावरचा चौरस कट्टा

C) वेदिकांवरचे शिल्पपट्ट           D) ध्वजस्तंभाचा पाया

101) मृगजातक कथेवरील शिल्प खालीलपैकी कुठे आहे?

A) सांची B) मथुरा

C) भारहुत D) दीदारगंज

102) महाराष्ट्रातील सर्वात प्राचीन चैत्यगृह कुठले आहे?

A) भाजे B) घोरवडेश्वर

C) बेडसे D) पितळखोरे

❑❑

उत्तरे :

1) ñ B
2) ñ A
3) ñ C
4) ñ D
5) ñ C
6) ñ A
7) ñ D
8) ñ B
9) ñ D
10) ñ C
11) ñ A
12) ñ B
13) ñ D
14) ñ C
15) ñ B
16) ñ A
17) ñ C
18) ñ D
19) ñ B
20) ñ A
21) ñ C
22) ñ D
23) ñ A
24) ñ C
25) ñ B
26) ñ D
27) ñ A
28) ñ B
29) ñ C
30) ñ D
31) ñ B
32) ñ C
33) ñ A
34) ñ D
35) ñ B
36) ñ C
37) ñ A
38) ñ B
39) ñ D
40) ñ C
41) ñ A
42) ñ B
43) ñ C
44) ñ D
45) ñ A
46) ñ B
47) ñ C
48) ñ D
49) ñ B
50) ñ C
51) ñ A
52) ñ B
53) ñ D
54) ñ C
55) ñ D
56) ñ B
57) ñ A
58) ñ C
59) ñ B
60) ñ A
61) ñ D
62) ñ C
63) ñ B
64) ñ C
65) ñ D
66) ñ A
67) ñ B
68) ñ D
69) ñ C
70) ñ B
71) ñ A
72) ñ D
73) ñ B
74) ñ C
75) ñ B
76) ñ A
77) ñ D
78) ñ C
79) ñ B
80) ñ C
81) ñ A
82) ñ B
83) ñ D
84) ñ C
85) ñ A
86) ñ B
87) ñ C
88) ñ D
89) ñ B
90) ñ C
91) ñ A
92) ñ D
93) ñ B
94) ñ C
95) ñ D
96) ñ A
97) ñ B
98) ñ C
99) ñ D
100) ñ B
101) ñ C
102) ñ A

# सरळ प्रश्न
## मध्ययुगीन

1) तबाकत-इ-नसीरी या ग्रंथाचा लेखक कोण?
   A) मिन्हाज-उस-सिराज　　　B) सियाउद्दीन बरानी
   C) इसामी　　　　　　　　D) याह्या-बिन-अहमद सरहिंदी

2) उदबी याने तारीख-इ-यमनी हा ग्रंथ कुणाच्या गौरवार्थ लिहिला?
   A) बाबर　　　　　　　　B) यमन शाह
   C) मोहंमद गझनी　　　　D) अल्लाउद्दीन खलजी

3) इसामी याने लिहिलेल्या फुतुलु-उस-सलातिन ह्या ग्रंथाचे महत्त्वाचे वैशिष्ट्य काय आहे?
   A) हा ग्रंथ अकबरावर आहे.　B) ह्या ग्रंथात तुघलकांविषयी माहिती मिळते.
   C) ह्या ग्रंथाची भाषा अरबी आहे.　D) ह्या ग्रंथाचे स्वरूप काव्यात्म आहे.

4) तुझुक-इ-तैमुरी हे तैमुरलंगाचे आत्मचरित्र कुठल्या भाषेत लिहिलेले आहे?
   A) चगताई तुर्की　　　　B) मंगोल
   C) अरबी　　　　　　　D) फार्सी

5) खुलासल-उल-अखबार या ग्रंथाचा लेखक कोण?
   A) मीर ख्वार्द　　　　　B) खोंडा मीर
   C) अहमद यादगार　　　D) बदौनी

6) रियाझ-उस-सलातिन या ग्रंथाचा लेखक कोण?
   A) अहमद यादगार　　　B) रफीउद्दीन शिराझी
   C) गुलाम हुसेन सलीम　　D) मीर अबू तारब वली

7) सय्यद अली तबतबा याने लिहिलेल्या बरहान-इ-मासर या ग्रंथातून कुठल्या घराण्याविषयी माहिती मिळते?
   A) आदिलशाही　　　　　B) निजामशाही
   C) इमादशाही　　　　　D) बरीदशाही

8) तारीफा-इ-रशिदी या ग्रंथाचा लेखक कोण?
   A) मिर्झा हैदर दुगलत　　B) जोहर
   C) खोंडा मीर　　　　　D) अबुल फजल

9) तबाकत-इ-अकबरी हा ग्रंथ कुणी लिहिला?

A) ख्वार्द मीर B) खोंडा मीर

C) ख्वाजा निजामुद्दीन अहमद D) अहमद यादगार

10) मोहंमद सलीमकृत कुठल्या ग्रंथातून शाहजहानच्या वारसांमधील सत्तासंघर्षाची माहिती मिळते?

A) अमल-इ-सालिह B) मुंतखाब-उल-लुबाब

C) नुकृशा-इ-दिलकशा D) बादशाहनामा

11) अनहिलवाडा येथे कुठल्या राजाने मोहंमद घोरीचा पराभव केला होता?

A) भीम दुसरा B) पृथ्वीराज चौहान

C) खुश्रू मलिक D) जयचंद्र राठोड

12) कुतुबुद्दिन ऐबकानंतर कुणाकडे दिल्लीची गादी सोपवण्यात आली?

A) अल्तमश B) आरम शाह

C) बेहराम शाह D) नासिरुद्दीन मोहंमद

13) कुठल्या युद्धात कुतुबुद्दीन ऐबकाने जयचंद्र राठोडचा पराभव केला?

A) अजमेर B) चांदवार

C) रणथंबोर D) चितोड

14) कुठल्या राजाने चेंगीझखानाच्या विरोधात अल्तमशकडे मदत मागितली होती?

A) जलालुद्दीन मंगबर्नी B) ताजुद्दीन यिल्दुझ

C) गियासुद्दीन मोहंमद D) तुघरील खान

15) अल्लाउद्दीन खलजीच्या काळात मंगोलांचा बीमोड करण्यात कुणी महत्त्वाची भूमिका बजावली?

A) झाफर खान B) नुश्रतखान

C) ऐन-उल-मुल्क-मुलतानी D) खिज्र खान

16) अल्लाउद्दीन खलजीने कुठल्या राजपूत राजाचा पराभव करुन रणथंबोर जिंकले?

A) रतन सिंग B) कर्णदेव

C) हमीर देव D) शंकर देव

17) अल्लाउद्दीन खलजीने सुरू केलेल्या सरकारी बाजाराचे नाव काय होते?

A) बजार B) सुलतान पेठ

C) सुलतान बजार D) सराई-अदिल

18) कुठल्या तुघलक सुलतानाच्या काळात तैमूरलंगने दिल्लीवर आक्रमण करून दिल्ली शहर उद्‌ध्वस्त केले?

A) अबू बकर शाह B) अल्लाउद्दीन सिकंदर शाह
C) नासिरुद्दीन मोहंमद तुघलक D) गियासुद्दीन तुघलक शाह

19) अमीर खुसरोची कुठली कलाकृती खिज्र खान व देवलदेवी यांच्याशी संबंधित आहे?

A) नुह सिफिर B) घुर्रत-उल-कमल
C) तुफत-उस-सिधार D) आशिका

20) मोहंमद तुघलकाने शेतीशी संबंधित कुठला नवीन प्रशासकीय विभाग सुरू केला?

A) दिवान-इ-कोही B) खेतमहाल
C) दिवान-इ-वकीया D) दिवान-इ-चराई

21) मोहंमद तुघलकाच्या न्यायालयाचे नाव काय होते?

A) दिवान-इ-काझी B) दिवान-इ-सियासत
C) दिवान-इ-खाना D) दिवान-इ-इश्तिकाक

22) फिरोझशाह तुघलकाने सुरू केलेल्या सार्वजनिक दवाखान्याचे नाव काय होते?

A) दार-उल-हकीमखाना B) दार-उल-सिफा
C) दार-उल-हकीमधर D) दिवान-इ-सिफा

23) खालीलपैकी कुठल्या सुलतानाने ब्राह्मणांकडून जिझिया कर आकारण्यास सुरुवात केली?

A) मोहंमद तुघलक B) औरंगजेव
C) फिरोझ तुघलक D) अल्लाउद्दीन खलजी

24) कुठल्या मोहिमेच्या वेळी फिरोझशाह तुघलक वाट चुकल्यामुळे सहा महिने बेपत्ता होता?

A) नागरकोट B) सिंध
C) राजस्थान D) गुजरात

25) आग्रा शहराची उभारणी कोणी केली?

A) सिकंदर शाह B) मसूद शाह
C) शाहजहान D) जहांगीर

26) अटल मशीद कुठल्या वास्तुशैलीचे उदाहरण आहे?

A) पर्शियन B) मुघल
C) शर्की D) तुर्क

27) कुठल्या युद्धात राणा संगाचा बाबराकडून पराभव झाला?

   A) चंदेरी             B) घागरा

   C) पानिपतचे दुसरे युद्ध    D) कनवा (खानवा)

28) कुठल्या बहामनी सुलतानाच्या काळात रशियन प्रवासी निकितिनने बीदरला भेट दिली?

   A) मुहम्मद शाह I       B) मुहम्मद शाह II

   C) मुहम्मद शाह III     D) मुहम्मद शाह IV

29) विजयनगरचा सम्राट अच्युत राय कुठल्या घराण्याचा होता?

   A) तुळुव             B) संगम

   C) आरविडू           D) साळुव

30) विजयनगरमध्ये केंद्रीय सत्ता कुठल्या अधिकाऱ्यामार्फत खेड्यावर नियंत्रण ठेवीत असे?

   A) दंडनायक         B) महादंडनायक

   C) नायकाचार्य       D) महानायकाचार्य

31) विजयनगरमधील लोक पाली व सरडे खात असत असे कुठल्या परकीय प्रवाशाने लिहून ठेवले आहे?

   A) नुनीझ            B) निकोलो काँटी

   C) अब्दुल रझाक      D) निकितिन

32) फरुखसियरनंतर खालीलपैकी कोण सत्ता बळकवण्यात यशस्वी झाला?

   A) महमूद शाह        B) शाह आलम II

   C) शाह आलम II      D) बहादुर शाह I

33) शेरशहाच्या प्रशासनामध्ये गुप्तचर विभागाचे नाव काय होते?

   A)अमीर-दाद        B) दिवान-इ-बरीद

   C)दिवान-इ-अहदी    D) दिवान-इ-अर्ज

34) शेरशहाने कुठले नाणे प्रचलित केले?

   A) दीनार            B) अशर्फी

   C) दाम             D) दिऱ्हाम

35) पुढे ग्रँड ट्रंक रोड म्हणून प्रसिद्धीस पावलेल्या व शेरशहाने बांधलेल्या रस्त्याचे नाव काय होते?

   A) सडक-इ-आजम     B) सडक-इ-हिंदोस्तान

   C) सडक-इ-सियासत    D) वरीलपैकी नाही.

36) शेरशहाने बांधलेला 'रोहतासगढ' हा किल्ला कुठल्या नदीच्या तीरावर आहे?

    A) रावी                     B) यमुना

    C) सिंधू                   D) झेलम

37) शेरशहाच्या प्रशासनामध्ये परगण्याचा मुख्य अधिकारी कोण होता?

    A) शिकदार-इ-शिकदरन     B) शिकदार

    C) अमीन                  D) मुन्सिफ

38) १५८५ मध्ये काबूल जिंकल्यावर अकबराने तेथे सुभेदार म्हणून कोणाची नेमणूक केली?

    A) राजा तोडरमल         B) बिहारमल

    C) मानसिंग             D) जसवंतसिंह

39) बाबराच्या काळात उभारण्यात आलेली 'काबूल बाग मशीद' कुठे आहे?

    A) काबूल                B) पानिपत

    C) दिल्ली               D) संबळ

40) अकबराच्या काळात दिल्ली येथे हुमायूनची कबर कोणाच्या देखरेखीखाली बांधण्यात आली?

    A) गुलबदन बेगम         B) आधम खान

    C) हाजी बेगम        D) मिर्झा अझीज कोका

41) अकबराच्या चित्रकलाविभागाचा प्रमुख कोण होता?

    A) फरुख बेग           B) मीर सय्यद अली

    C) मोहंमद मुराद       D) अब्दुस सामद

42) कुठल्या शीख गुरूंच्या काळात अमृतसर शहराची उभारणी करण्यात आली?

    A) अर्जुनदेव          B) रामदास

    C) अमरदास         D) अंगददेव

43) कुठल्या शीख गुरूंच्या काळात आदिग्रंथ पूर्ण झाला?

    A) अर्जुनदेव          B) रामदास

    C) अमरदास         D) हरगोविंद

44) कुठल्या शीख गुरूंच्या काळात अकाल तख्ताची बांधणी पूर्ण झाली?

    A) अर्जुनदेव          B) हरराय

    C) हरगोविंद        D) तेगबहादूर

45) अक्कमहादेवी कुठल्या संप्रदायाशी संबंधित होती?

    A) वैष्णव    B) शैव    C) वीरशैव    D) वरीलपैकी नाही.

46) कुठला वैष्णव पंथ तमिळ वेदांना प्रमाण मानतो?

A) तेंगलाई B) वडकलै

C) A व B D) वरीलपैकी नाही.

47) स्पंदकारिका ह्या ग्रंथाचा कर्ता कोण?

A) अभिनवगुप्ता C) सोमानंद

C) वसुगुप्त D) सोमाली

48) कुठला शैव पंथ सर्वात प्राचीन होय?

A) कापालिक B) कालामुख

C) पाशुपत D) काश्मीरी

49) सुलतानशाहीच्या प्रशासनात लष्कराचे वेतन व हिशेब हे खाते कोणत्या अधिकाऱ्याकडे होते?

A) खान-इ-सामा B) मीर बक्षी

C) दिवान-इ-अर्ज D) मीर आतिश

50) मोगल प्रशासनव्यवस्थेत सरकारी भांडाराच्या प्रमुखपदी कुठला अधिकारी असे?

A) दिवान-इ-बुयतात B) दिवाण-इ-कारखाना

C) मुकादम D) शिकदार

51) मनसबदारी श्रेणींमध्ये कुठली श्रेणी सर्वात श्रेष्ठ समजली जात असे?

A) मनसबदार B) उमरा

C) उमरा-ए-आझम D) वरीलपैकी नाही.

52) सिह अस्पाचा हुद्दा कुणाला मिळत असे?

A) नियमित घोड्याशिवाय एक घोडा जादा असणाऱ्यास

B) नियमित घोड्याशिवाय दोन घोडे जादा असणाऱ्यास

C) दोन स्वारांमध्ये एक घोडा जादा असणाऱ्यास

D) वरीलपैकी नाही.

53) हादिसमध्ये कशाचा समावेश होतो?

A) प्रेषित मोहंमद पैगंबराच्या आठवणी

B) प्रेषित मोहंमद पैगंबराच्या कविता

C) प्रेषित मोहंमद पैगंबरांनी उच्चारलेले शब्द व वचने

D) प्रेषित मोहंमद पैगंबरांनी काढलेले फतवे

54) इस्लामी न्यायशास्त्रानुसार अनैतिक गोष्टींबद्दल कोणती शिक्षा दिली जात असे?

A) हद्द B) तझीर C) तशहीर D) किसाझ

55) शेरशहाने आपली महसूलव्यवस्था कुठल्या विधिपरंपरेनुसार निश्चित केली होती?

A) शफी B) हनबली C) हनाफी D) मलिकी

56) तोडरमलने जमिनीची मोजणी करण्यासाठी कोणती पद्धत सुरू केली?

A) सवाई गज B) तोडरमल गज

C) गज D) बिघा

57) मोगल प्रशासनव्यवस्थेत महसूलवसुलीचे काम कोणत्या अधिकाऱ्याकडे होते?

A) बितिक्ची B) पोतदार

C) मालगुजर D) अमीन

58) सुफीमतावरच्या कुठल्या ग्रंथात ध्येयमार्गावरचे सात मुकाम सांगितले आहेत?

A) किताब-उल-लुमा B) बहार-उल-हयात

C) मारिफत D) मलफुजत

59) काशफुल महजुब हा ग्रंथ कोणी लिहिला?

A) ख्वाजा मोइनुद्दीन चिस्ती B) बहाउद्दिन झकारिया

C) निजामुद्दिन अवलिया D) दाता गंज बक्श

60) चिश्ती परंपरा सुव्यवस्थितपणे संघटित करण्याचे काम कुणी केले?

A)शेख फरिदुद्दीन मसुद गंज-इ-शकर B) शेख निजामुद्दीन अवलिया

C) शेख कुतुबुद्दीन बख्तियार काकी D) सिराजुद्दीन-आखी-सिरा

61) सुऱ्हावर्दी परंपरा भारतात कुणी आणली?

A) शेख शहाबुद्दीन सुऱ्हावर्दी B) शेख बहाउद्दीन सुऱ्हावर्दी

C) शेख कुतुबुद्दीन सुऱ्हावर्दी D) शेख नजीबुद्दीन सुऱ्हावर्दी

62) मोगल राजपुत्र दारा शुकोह कुठल्या सुफी सिलसिल्याशी संबधित होता?

A) कादिरी B) नक्षबंदी

C) चिश्ती D) शत्तारी

63) कुठल्या पंथाने लिंगांगसामरस्य या तत्त्वाचा पुरस्कार केला?

A) शैव B) वैष्णव

C) पाशुपत D) वीरशैव

64) वीरशैव पंथाने कुठल्या मताचा पुरस्कार केला?

a) द्वैत B) अद्वैत

C) शक्ति विशिष्टाद्वैत D) शुद्धाद्वैत

65) अल्लाउद्दीन खलजीने कुठल्या विभागात जमीन महसुलाचा दर १/२ एवढा निश्चित केला?

    A) रायचूर दुआब               B) चंबळ- बनास दुआब

    C) गंगा-यमुना दुआब       D) गंगा-शोण दुआब

66) मोहंमद तुघलकाने विहिरी खोदण्याकरिता कुठली कर्जे उपलब्ध करून दिली?

    A) तकावी                    B) अब्वब

    C) सोंधार                   D) वरीलपैकी नाही.

67) कारखाना या शब्दाचा अर्थ काय होतो?

    A) अवजड वस्तूंचे उत्पादन करण्याची जागा

    B) उत्पादित वस्तुंचा साठा करण्याचे केंद्र

    C) शाही उत्पादन केंद्र (सरकारी)

    D) वरीलपैकी नाही.

68) कागद बनवण्याचे तंत्र भारतात कुणी आणले?

    A) अरब                     B) तुर्क

    C) अफगाण                D) पठाण

69) 'हुंडी' पद्धतीने होणाऱ्या पतपुरवठ्यात कुणाचा मुख्य सहभाग असे?

    A) साहा व सराफ          B) मोदी व सराफ

    C) मोदी व साहा          D) खोरासानी व मोदी

70) सुलतानशाहीच्या काळात भारतात सर्वात जास्त कशाची आयात होत असे?

    A) सोने                    B) गुलाम

    C) चांदी                   D) घोडे

71) सुलतानशाहीत लढवय्या वर्गाला कुठल्या संज्ञेने संबोधले जात असे?

    A) अहल-इ-सैफ        B) अहल-इ-कलाम

    C) अहल-इ-मुजाहिद     D) वरीलपैकी नाही.

72) जमीनदार या संज्ञेचा उल्लेख प्रथम कुणाच्या लेखनात मिळतो?

    A) अल्बेरूनी           B) बाबर

    C) झियाउद्दीन बरानी     D) अमीर खुसरो

73) उस्ताद या शब्दाचा अर्थ काय होतो?

    A) दरबारातील गायकांचा मुख्य   B) दरबारातील वादकांचा मुख्य

    C) कुशल कारागीर        D) वरीलपैकी नाही

74) तबीब या शब्दाचा अर्थ काय होतो?
   A) वैद्यकीय व्यावसायिक   B) तबलावादकांचा नेता
   C) तबले तयार करणारी जमात   D) वरीलपैकी नाही.

75) सुलतानशाहीच्या प्रशासनात परराज्यसंबंध कुठला अधिकारी पाहात असे?
   A) दिवान-इ-रिसालत   B) वजीर
   C) वकील-इ-दर   D) वकील-इ-मुतलक

76) सुलतानशाहीत राज्याचे गुप्तहेर खाते कुणाच्या अधिकारात होते?
   A) नायब-इ-बरीद   B) बरीद-इ-मामलिक
   C) वकील-इ-दर   D) दिवान-इ-अर्ज

77) सुलतानशाहीत राज्याच्या सचिवालयाचा प्रमुख कोण होता?
   A) दिवान-इ-अर्ज   B) बरीद-इ-मामलिक
   C) दिवान-इ- इन्शा   D) दिवान-इ-रिसालत

78) खालीलपैकी कुठला कर फक्त मुस्लिमांसाठी होता?
   A) जिझिया   B) जकात
   C) A व B   D) वरीलपैकी नाही.

79) सुलतानशाहीच्या कालखंडात जझारी हा कर कोणावर आकारला जात असे?
   A) खाटिक   B) धनगर
   C) कोळी   D) विणकर

80) राजधानीत असणाऱ्या सुलतानाच्या फौजांना काय म्हटले जात असे?
   A) शाही फौज   B) हशम-इ-सुलतान
   C) हशम-इ-कुल्ब   D) अर्कान-इ-दौलत

81) एका मलिकाच्या हाताखाली किती अमीर असत?
   A) दहा   B) बारा
   C) आठ   D) सहा

82) बंडखोराच्या कुटुंबाला शिक्षा करण्याची प्रथा कुठल्या सुलतानाने सुरु केली?
   A) अल्तमश   B) बल्बन
   C) मोहंमद तुघलक   D) अल्लाउद्दीन खलजी

83) कुवत-उल-इस्लाम या मशिदीचे बांधकाम कुठल्या सुलतानाच्या काळात पूर्ण झाले?
   A) अल्तमश   B) बल्बन
   C) जलालुद्दीन खलजी   D) कुतुबुद्दीन ऐबक

84) जमात खाना मशिदीचे बांधकाम कुणाच्या काळात झाले?

A) अल्लाउद्दीन खलजी B) फिरोजशाह तुघलक

C) जहांगीर D) शाहजहान

85) अलाई दरवाजा कुठल्या मशिदीपुढे बांधण्यात आला?

A) मोती मशीद B) जामा मशीद

C) कुवत-उल-इस्लाम D) अटल मशीद

86) गोल घुमटामध्ये कुणाची कबर आहे?

A) मुहंमद अदिलशहा B) अली अदिलशहा

C) सिकंदर अदिलशहा D) वरीलपैकी नाही.

87) मोगल प्रशासनव्यवस्थेत महसूल व हिशेब खाते कुणाच्या अधिकारात होते?

A) दिवान-इ-आला B) मुहतसीब

C) दिवान-इ-बुयतात D) मीर बक्षी

88) मोगल प्रशासनात महसूल गोळा करण्याची जबाबदारी कुठल्या अधिकाऱ्याची होती?

A) पोतदार B) इजारदार

C) अमील D) बितिक्ची

89) 'पैमाश' या शब्दाचा अर्थ काय होतो?

A) जमिनीची मोजणी B) सिंचनावरील कर

C) जनावरांवरील कर D) वरीलपैकी नाही.

90) कोतवालाची कर्तव्ये कुठल्या ग्रंथात विस्ताराने नमूद करण्यात आली आहेत?

A) तबाकत-इ-अकबरी B) ऐन-इ-अकबरी

C) मुंतखाब-उल-लुबाब D) मुंतखाब-उल-तवारीख

91) मोगल बादशहाच्या वैयक्तिक घोडेस्वारांना काय म्हणत असत?

A) अहदी B) कुमाकी

C) बारवर्दी D) वरीलपैकी नाही.

92) कुठल्या मोगल बादशहाने सर्वप्रथम वारसाहक्काचे नियम निर्माण केले?

A) अकबर B) जहांगीर C) शाहजहान D) बाबर

93) कुठल्या किल्ल्याच्या पायथ्याशी शिवाजीमहाराजांनी अफजलखानाचा पराभव केला?

A) प्रतापगड B) पन्हाळगड C) पुरंदर D) मकरंदगड

94) दख्खनमधील अपयशानंतर शाइस्तेखानाची बदली कुठे करण्यात आली?

A) आसाम B) अफगणिस्तान C) बंगाल D) गुजरात

95) शिवाजीमहाराजांच्या प्रशासनव्यवस्थेत अर्थसाह्याचा प्रमुख कोण होता?
A) सचिव B) सुमंत C) पेशवा D) अमात्य

96) शिवाजी महाराजांच्या लष्करी यंत्रणेत पायदळात सरनौबतच्या खालोखाल महत्त्वाचा अधिकारी कोण होता?
A) हजारी B) नौबत C) जुमलेदार D) हवालदार

97) शाहू व ताराबाई यांच्यातील संघर्षानंतर कुठली नदी दोन्ही राज्यांतील सीमा म्हणून मान्य करण्यात आली?
A) कृष्णा B) दूधगंगा C) पंचगंगा D) वारणा

98) पहिल्या बाजीराव पेशव्याने निजामाचा पराभव कुठल्या ठिकाणी केला?
A) पालखेड B) भोपाळ C) A व B D) वरीलपैकी नाही.

99) पानिपतच्या युद्धानंतर मराठ्यांनी निजामाचा पराभव कुठल्या युद्धात केला?
A) राक्षसभुवन B) खर्डा C) उदगीर D) वरील सर्व

100) शाहूने सेनाकर्ते हा किताब कुणाला दिला होता?
A) चंद्रसेन जाधव B) बाळाजी विश्वनाथ
C) संताजी घोरपडे D) खंडो बल्लाळ

❒❒

| | | | | | |
|---|---|---|---|---|---|
| उत्तरे : | 17) ñ D | 34) ñ C | 51) ñ C | 68) ñ A | 85) ñ C |
| 1) ñ A | 18) ñ C | 35) ñ A | 52) ñ B | 69) ñ B | 86) ñ A |
| 2) ñ C | 19) ñ D | 36) ñ D | 53) ñ C | 70) ñ D | 87) ñ A |
| 3) ñ D | 20) ñ A | 37) ñ B | 54) ñ A | 71) ñ A | 88) ñ C |
| 4) ñ A | 21) ñ B | 38) ñ C | 55) ñ C | 72) ñ D | 89) ñ A |
| 5) ñ B | 22) ñ B | 39) ñ B | 56) ñ C | 73) ñ C | 90) ñ B |
| 6) ñ C | 23) ñ C | 40) ñ C | 57) ñ C | 74) ñ A | 91) ñ A |
| 7) ñ B | 24) ñ B | 41) ñ D | 58) ñ A | 75) ñ A | 92) ñ B |
| 8) ñ A | 25) ñ A | 42) ñ B | 59) ñ D | 76) ñ B | 93) ñ A |
| 9) ñ C | 26) ñ C | 43) ñ A | 60) ñ A | 77) ñ C | 94) ñ C |
| 10) ñ A | 27) ñ D | 44) ñ C | 61) ñ B | 78) ñ B | 95) ñ D |
| 11) ñ A | 28) ñ C | 45) ñ C | 62) ñ A | 79) ñ A | 96) ñ A |
| 12) ñ B | 29) ñ A | 46) ñ A | 63) ñ D | 80) ñ C | 97) ñ D |
| 13) ñ B | 30) ñ D | 47) ñ C | 64) ñ C | 81) ñ A | 98) ñ C |
| 14) ñ A | 31) ñ A | 48) ñ C | 65) ñ C | 82) ñ D | 99) ñ A |
| 15) ñ A | 32) ñ A | 49) ñ B | 66) ñ C | 83) ñ D | 100) ñ B |
| 16) ñ C | 33) ñ B | 50) ñ A | 67) ñ C | 84) ñ A | |

## सरळ प्रश्न

### आधुनिक

1) ----- याला म्हैसूरचा वाघ या नावाने गौरविले जाते.

(A) हैदर अली (B) टिपू सुलतान

(C) निजाम-उल-मुल्क (D) सादतखान

2) वंदे मातरम या राष्ट्रीय गीताचे गायन सर्वप्रथम कुठल्या अधिवेशनात केले गेले?

(A) कलकत्ता (१८९६) (B) मुंबई (१८९६)

(C) कलकत्ता (१९११) (D) मुंबई (१९११)

3) शीख संप्रदायाची स्थापना कोणी केली?

(A) गुरू अर्जुनदेव (B) गुरू गोविंदसिंग

(C) महाराज रणजीतसिंग (D) गुरू नानक

4) ईस्ट इंडिया कंपनीने आपले पहिले व्यापारी ठाणे कोठे स्थापन केले?

(A) गोवा (B) सुरत

(C) दीव (D) दमण

5) संपूर्ण मुघल साम्राज्यात व्यापाराची व वखारी घालण्याची परवानगी ------ याने मुघल बादशहाकडून मिळवली.

(A) कॅप्टन हॉकिन्स (B) सर अॅब्राहम शिपमन

(C) सर टॉमस रो (D) राल्फ फिच

6) इ. स. १६६७ मध्ये ------ याने पहिली फ्रेंच वखार सुरत येथे प्रस्थापित केली.

(A) फ्रान्सिस कारेन (B) फ्रेंच गव्हर्नर जनरल डुप्ले

(C) बुसी (D) काउंट लॅली

7) इ. स. १७६० ची प्रसिद्ध वांदिवॉशची लढाई कोणकोणात झाली?

(A) डच-फ्रेंच (B) इंग्रज-डच

(C) इंग्रज-फ्रेंच (D) पोर्तुगाल-इंग्रज

8) प्लासीची लढाई : ------ ? ----- : :

वक्सारची लढाई : २२ ऑक्टोबर १७६४

(A) २२ ऑक्टोबर १७५७ (B) २३ जून १७५७

(C) २१ जून १७५७ (D) २३ ऑक्टोबर

9) प्लासीच्या लढाईच्या वेळी बंगालचा नवाब कोण होता?

(A) चिराउद्दौला (B) मीर जाफर

(C) मीर कासीम (D) शुजाउद्दौला

10) १७५७ च्या प्लासीच्या लढाईत ------ विजयी झाले.

(A) फ्रेंच (B) इंग्रज

(C) डच (D) मराठे

11) १७५७ च्या बक्सारच्या लढाईत इंग्रजांविरुद्ध खालीलपैकी कोण-कोण एकत्र आले?

१. मुघल बादशहा शाहआलम २. मीर जाफर

३. शुजाउद्दौला ४. मीर कासीमा

५. सिराजउद्दौला

(A) पर्याय क्र. १, ४ व ५ (B) पर्याय क्र. १, ३ व ४

(C) पर्याय क्र. ३, ४ व ५ (D) पर्याय क्र. १, २ व ३

12) ----- या इंग्रज अधिकाऱ्याने बंगालमध्ये द्विदल प्रशासन प्रस्थापित केले.

(A) वॉरन हेस्टिंग्ज (B) लॉर्ड कॉर्नवॉलिस

(C) लॉर्ड हेस्टिंग्ज (D) रॉबर्ट क्लाइव्ह

13) द्विदल प्रशासनाच्या अंत कोणी केला?

(A) रॉबर्ट क्लाइव्ह (B) वॉरन हेस्टिंग्ज

(C) लॉर्ड कॉर्नवॉलिस (D) लॉर्ड हेस्टिंग्ज

14) मे १७८२ मध्ये सालबाईचा तह ----- यात घडून आला.

(A) इंग्रज-मराठे (B) मराठे -फ्रेंच

(C) इंग्रज-हैदर अली (D) मराठे-हैदर अली

15) अवधच्या उत्तरेला असलेल्या प्रदेशात राहणाऱ्या अफगाणांना ---- म्हणत.

(A) तेहिलेकर (B) अवध प्रदेशात राहणारे

(C) रोहिले (D) यांपैकी नाही.

16) अयोध्येच्या बेगमांचे व बनारसच्या चेतसिंगाचे प्रकरण हे ------ या गव्हर्नर जनरल्या कारकिर्दीत घडून आले.

(A) लॉर्ड कॉर्नवॉलिस (B) लॉर्ड वेलस्ली

(C) लॉर्ड हेस्टिंग्ज (D) वॉरन हेस्टिंग्ज

17) ------- च्या साक्षीने कौन्सिल सदस्यांनी वॉरन हेस्टिंग्जला दोषी घोषित केले.

(A) शिरीषकुमार (B) नंदकुमार

(C) नीलेशकुमार (D) कृष्णदास

18) ------- च्या काळापासून कंपनीचा गव्हर्नर जनरल हा उमराव घराण्यातील असावा या परंपरेला प्रारंभ झाला.

(A) लॉर्ड कॉर्नवॉलिस (B) लॉर्ड वेलस्ली

(C) लॉर्ड हेस्टिंग्ज (D) लॉर्ड बेंटिंक

19) खालीलपैकी कोणत्या पद्धतीत जमीनमहसुलाची रक्कम कायमची ठरवली गेली?

(A) रयतवारी पद्धती (B) महालवारी पद्धती

(C) कायमधारा पद्धती (D) यांपैकी नाही.

20) कायमधारा पद्धती कोणत्या गव्हर्नर जनरलने सुरू केली?

(A) रॉबर्ट क्लाइव्ह (B) लॉर्ड बेंटिंक

(C) लॉर्ड हेस्टिंग्ज (D) लॉर्ड कॉर्नवॉलिस

21) लॉर्ड कॉर्नवॉलिसने प्रांतिक न्यायालयाची स्थापना कोठे केली?

(A) कलकत्ता (B) पाटणा

(C) मुर्शिदाबाद (D) वरील सर्व

22) १७९४-१७९५ मध्ये खड्यांची लढाई कोणामध्ये झाली?

(A) इंग्रज-मराठे (B) मराठे-निजाम

(C) इंग्रज-निजाम (D) इंग्रज-टिपू

23) तैनाती फौजेची पद्धती कोणत्या गव्हर्नर जनरलने सुरू केली?

(A) लॉर्ड कॉर्नवॉलिस (B) लॉर्ड वेलस्ली

(C) लॉर्ड डलहौसी (D) लॉर्ड हेस्टिंग्ज

24) तैनाती फौजेची पद्धती सुरू करण्यमागे ब्रिटिशांचा हेतू काय होता?

(A) भारतीय सत्ताधीशांना अप्रत्यक्ष मदत करणे.

(B) भारतीय प्रशासनात युरोपियन लोकांचा सहभाग वाढविणे.

(C) भारतीय सत्ताधीशांना ब्रिटिश प्रभावनाखाली आणणे.

(D) भारतावर आर्थिक वर्चस्व स्थापणे.

25) वेलस्लीच्या तैनातीतील फौजेच्या जाळ्यात सर्वप्रथम अडकला तो-----

(A) टिपू (B) रघुनाथराव पेशवे

(C) निजाम (D) वरील सर्व

26) भू-दान चळवळ कुठल्या वर्षी सुरू झाली?
    (A) १९४८          (B) १९५३
    (C) १९५१          (D) १९५५

27) खालीलपैकी पेंढारी वा ठग या जमातीचा नेता कोण होता?
    (A) चितू          (B) वसील मुहंमद
    (C) करीम खान       (D) वरील सर्व

28) सिंध −−−−−− मध्ये, ब्रिटिशांच्या भारतीय साम्राज्याला जोडले गेले.
    (A) १८३९          (B) १८४२
    (C) १८४३          (D) १८४५

29) वेन्चुरा व अलार्ड या दोन फ्रेंच सेनापतींना शीख लष्कराला पाश्चिमात्य धर्तीवर प्रशिक्षण देण्याकरिता −−−− ने आपल्या सेवेत घेतले.
    (A) रणजितसिंग      (B) टिपू सुलतान
    (C) महादजी शिंदे    (D) मीर काझिम

30) सो ब्रॉनची लढाई −−−−− यांत झाली.
    (A) ब्रिटिश-पठाण    (B) ब्रिटिश-शीख
    (C) मराठा-शीख      (D) मराठा-ब्रिटिश

31) २१ फेब्रुवारी १८४९ रोजी चिनाब नदीजवळ गुजरात येथे ब्रिटिश-शीख यांत झालेली प्रसिद्ध लढाई −−−−−− म्हणून ओळखली जाते.
    (A) चिलियनवालाची लढाई    (B) भैरोवलची लढाई
    (C) सोब्रॉनची लढाई        (D) भक्करची लढाई

32) पंजाबच्या विलीनीकरणाच्या वेळी भारताचा गव्हर्नर जनरल कोण होता?
    (A) लॉर्ड हार्डिंज    (B) लॉर्ड डलहौसी
    (C) लॉर्ड बेंटिंक     (D) लॉर्ड हेस्टिंग्ज

33) जेम्स मिल आणि जेरेमी बेन्थम यांच्या उदारमतवादी विचारप्रणालीचा पुरस्कार भारतात कुठल्या गव्हर्नर जनरलने केला?
    (A) लॉर्ड बेंटिंक     (B) लॉर्ड डलहौसी
    (C) लॉर्ड ऑक्लंड     (D) लॉर्ड हार्डिंज

34) पुणे येथे अहिल्याश्रमाची स्थापना कोणी केली?
    (A) महर्षी कर्वे      (B) कर्मवीर भाऊराव पाटील
    (C) वि. रा. शिंदे     (D) विष्णुशास्त्री पंडित

35) १८३२ साली ------ येथे उच्च मुलकी व फौजदारी न्यायालय स्थापन केले गेले.
(A) कलकत्ता (B) बनारस
(C) अलाहाबाद (D) मुंबई

36) १८२९ साली लॉर्ड विलियम बेंटिंक याच्या पुढाकाराने ---- चा कायदा करण्यात आला.
(A) ठगांचा बंदोबस्त (B) सतीबंदी
(C) विधवा पुनर्विवाह (D) पाश्चात्त्य शिक्षण

37) ठगांचा बंदोबस्त कोणी केला?
(A) लॉर्ड डलहौसी (B) लॉर्ड बेंटिंक
(C) लॉर्ड हेस्टिंग्ज (D) लॉर्ड वेलस्ली

38) खालीलपैकी कोणत्या राज्याच्या अंतर्गत राजकारणात लॉर्ड बेंटिंकने हस्तक्षेप केला, परंतु त्या राज्याचा ताबा घेतला नाही?
(A) झाशी (B) कूर्ग
(C) काचर (D) जैन्तिया

39) ------ याच्या कारकिर्दीत कंपनीच्या सेवेत भारतीयांचा अंतर्भाव आणि पाश्चात्त्य शिक्षणाला प्रोत्साहन देण्याचा निर्णय भारतीयांना झाला.
(A) लॉर्ड बेंटिंक (B) लॉर्ड डलहौसी
(C) लॉर्ड हेस्टिंग्ज (D) यांपैकी नाही.

40) दत्तक वारसा नामंजूर करून राज्ये खालसा करण्याचे धोरण कोणत्या गव्हर्नर जनरलचे होते?
(A) लॉर्ड कौर्नवॉलिस (B) लॉर्ड हेस्टिंग्ज
(C) लॉर्ड वेलस्ली (D) लॉर्ड डलहौसी

41) दत्तक वारसा नामंजूर सिद्धांतानुसार लॉर्ड डलहौसीने खालीलपैकी कोणते राज्य खालसा केले नाही?
(A) बाघत (B) उदयपूर
(C) नागपूर (D) अवध

42) ------ राजघराण्यात मुलीचा वारसाहक्क मान्य करण्याची प्रथा होती.
(A) झांशी (B) कर्नाटक (C) तंजावर (D) अवध

43) तार व डाक खात्याचा जनक कोणाला म्हणतात?
(A) लॉर्ड बेंटिंक (B) लॉड डलहौसी
(C) लॉर्ड कॉर्नवॉलिस (D) लॉर्ड कर्झन

44) लॉर्ड डलहौसीने ----- याचा वारसा हक्क नामंजूर केला.

(A) दुसरा बाजीराव (B) नानासाहेब पेशवा

(C) मुहंमद घौस (D) वरील सर्व

45) लॉर्ड डलहौसीच्या रेल्वे, टेलिग्राफ व पोस्ट इत्यादी सुविधांमुळे देशावर अत्यंत महत्त्वाचा कोणता परिणाम झाला?

(A) दळणवळण सुलभ झाले.

(B) लोकांचा आपसांत संपर्क सुरू झाला.

(C) अंतरांची अडचण दूर झाली.

(D) समान राष्ट्रीयत्वाची व एकात्मतेची भावना रुजण्यास मदत झाली.

46) ----- येथे एक सर्वोच्च न्यायालय स्थापण्याची तरतूद रेग्युलेटिंग ॲक्टने केली.

(A) कलकत्ता (B) मद्रास

(C) मुंबई (D) पाटणा

47) पहिला मुख्य न्यायाधीश म्हणून ----- याची नेमणूक रेग्युलेटिंग ॲक्टनुसार करण्यात आली.

(A) सर चार्लस् वुड (B) लॉर्ड हॅरिस

(C) सर एलिजा इंफे (D) सर चार्लस् इफे

48) खालीलपैकी कोणत्या युद्धात विल्यम बेंटिंकचा सहभाग नव्हता?

(A) नेदरलँड (B) अमेरिका (C) इटली (D) स्पेन

49) खालीलपैकी प्रांतिक न्यायालयाची स्थापना कोठे करण्यात आली नव्हती?

(A) मद्रास (B) कलकत्ता (C) मुर्शिदाबाद (D) पाटणा

50) भगतसिंग व बटुकेश्वर दत्त यांनी ॲसेंब्लीमध्ये बाँबस्फोट केले तेव्हा सभागृहात कोणती विधेयके मांडली जाणार होती?

(A) ट्रेड डिस्प्यूट्स बिल (B) पब्लिक सेफ्टी बिल

(C) A व B (D) वरीलपैकी नाही

51) भगतसिंग व इतर क्रांतिकारकांवर जेव्हा लाहोरमध्ये खटला चालवण्यात आला तेव्हा न्यायाधीश कोण होते?

(A) न्या कोल्डस्ट्रीम (B) न्या. दावर

(C) न्या. जेंकिन्स (D) न्या. चिरोल

52) कुठल्या खटल्यामध्ये भगतसिंग व इतर क्रांतिकारकांना फाशीची शिक्षा ठोठावण्यात आली?

(A) काकोरी कट खटला (B) विधिमंडळ बाँबस्फोट खटला

(C) लाहोर कट खटला (D) B व C

53) कुठल्याही कटामध्ये प्रत्यक्ष सहभाग नसूनही खालीलपैकी कुणाला 'ब्रेन बिहाइंड द कॉन्स्पिरसी' म्हणून फाशीची शिक्षा सुनावण्यात आली?

(A) चंद्रशेखर आझाद (B) राजगुरू

(C) सुखदेव (D) भगवतीचरण व्होरा

54) खालीलपैकी कुठल्या क्रांतिकारकाने तुरुंगात अन्नत्याग करून आत्मबलिदान केले?

(A) जतींद्रनाथ दास (B) महावीर सिंग

(C) भगवानदास माहोर (D) सुखदेवराज

55) खालीलपैकी कुठल्या नेत्याने आझाद हिंद सेनेच्या अधिकाऱ्यांचा बचाव केला नाही?

(A) भुलाभाई देसाई (B) तेजबहादूर सप्रू

(C) मानवेंद्रनाथ रॉय (D) जवाहरलाल नेहरू

56) सुभाषचंद्र बोस यांनी फ्री इंडिया सेंटरची स्थापना कुठे केली?

(A) फ्रँकफर्ट (B) बर्लिन

(C) ड्युसरडॉर्फ (D) लाइपझिग

57) सुभाषचंद्र बोस यांनी कोलकात्यातून बाहेर पडल्यावर काबूलला पोहोचेपर्यंत कुठले नाव घेतले होते?

(A) ओर्लांदो माझोता (B) महंमद जियाउद्दीन

(C) चंद्र बोस (D) मातसुदा

58) सुभाषचंद्र बोस यांनी आझाद हिंद सरकारची स्थापना कुठल्या शहरात केली?

(A) टोकियो (B) सिंगापूर

(C) जाकार्ता (D) नागासाकी

59) आझाद हिंद सेनेच्या रंगुन–इंफाळ मोहिमेत सुभाषचंद्र बोसांबरोबर कुठला जपानी सेनानी होता?

(A) माझाकाझु (B) मातसुदा

(C) मुतुगुची (D) तोंगपु

60) भारतातील परिस्थितीचा आढावा घेऊन तेथे सत्ता टिकवणे शक्य आहे का

याचा अंदाज घेण्यासाठी ॲटली यांनी पाठवलेल्या शिष्टमंडळाचे प्रमुख कोण होते?

(A) रॉबर्ट रिचर्ड्स्	(B) स्टॅफर्ड क्रिप्स
(C) लॉर्ड ईडन	(D) पेथिक लॉरेन्स

61) भारतात गव्हर्नर जनरल म्हणून नेमणूक होण्यापूर्वी लॉर्ड मिंटो कुठे गव्हर्नर जनरल होते?

(A) कॅनडा	(B) ऑस्ट्रेलिया
(C) न्यूझीलंड	(D) वेस्ट इंडिज

62) पंजाबमध्ये इंडियन पेट्रिअट्स असोसिएशन या संघनटेची स्थापना करण्यामध्ये अजितसिंग यांच्याबरोबर कुणाचा वाटा होता?

(A) लाला लजपतराय	(B) सय्यद हैदर रझा
(C) कर्तारसिंग	(D) किशनसिंग

63) सिंगापूर येथे कुठल्या भारतीय पलटणीने पहिल्या महायुद्धाच्या काळात उठाव केला?

(A) फिफ्थ लाइट इन्फंट्री	(B) सेवन्थ लाइट इन्फट्री
(C) नेटिव लाइट इन्फंट्री	(D) इंडियन लाइट इन्फंट्री

64) लाला हरदयाळ यांनी अमेरिकेत कुठल्या संस्थेची सूत्रे स्वीकारली?

(A) गदर ऑर्गनायझेशन	(B) युगांतर पार्टी
(C) हिंदू असोसिएशन ऑफ वेस्ट कोस्ट	(D) वरीलपैकी नाही

65) 'कोमागाता मारू' या जहाजातून शीख कामगारांना नोकरीसाठी कॅनडात नेण्याची योजना कुणी आखली होती?

(A) ज्वालासिंग	(B) गुरुदत्तसिंग
(C) जगतसिंग	(D) गोपालसिंग

66) गदरने आयोजित केलेल्या उठावानुसार अमेरिकेतून कार्यकर्त्यांची पहिली तुकडी कुठल्या जहाजाने भारतात येणार होती?

(A) कोरिया	(B) मारिया
(C) सोफिया	(D) मुसाकी

67) बारिंद्रकुमार घोष यांनी सशस्त्र क्रांतीच्या प्रसाराकरता कुठले पुस्तक लिहिले?

(A) सशस्त्र क्रांती	(B) सशस्त्र क्रांति का मार्ग
(C) मुक्ती फोन पथे	(D) भवानी मंदिर

68) पुढीलपैकी कुठल्या संघटनेचे 'युगांतर समिती' असे नामांतर करण्यात आले?

(A) अनुशीलन समिती (B) अभिनव भारत

(C) फ्री हिंदुस्थान आर्मी (D) वरीलपैकी नाही.

69) ज्या आंतरराष्ट्रीय समाजवादी परिषदेत मादाम कामा यांनी भारताचा ध्वज फडकवला, ही परिषद कुठे भरली होती?

(A) मॉस्को (B) स्टुटगार्ड

(C) पॅरिस (D) जीनिव्हा

70) १९२८ साली भरलेल्या सर्वपक्षीय परिषदेचे अध्यक्ष कोण होते?

(A) मोतीलाल नेहरू (B) जवाहरलाल नेहरू

(C) महंमद अली अन्सारी (D) झाकीर हुसेन

71) पहिल्या गोलमेज परिषदेचे अध्यक्ष कोण होते?

(A) रॅम्से मॅकडोनाल्ड (B) जॉन सायमन

(C) पंचम जॉर्ज (D) लॉर्ड पील

72) लंडनमधील इंडिया लीगने भारतातील परिस्थितीची पाहणी करण्याकरता १९३२ मध्ये पाठवलेल्या शिष्टमंडळातील एकमेव भारतीय सदस्य कोण होते?

(A) शिवशंकर मेनन (B) के. एम. पणिक्कर

(C) के. एम. मुन्शी (D) व्ही. के. कृष्ण मेनन

73) अमेरिकन राष्ट्रध्यक्ष फ्रँकलिन रुझवेल्ट यांनी आपले वैयक्तिक प्रतिनिधी म्हणून दिल्लीत कुणाची नेमणूक केली होती?

(A) अॅडम फिलिप (B) लुई जॉन्सन

(C) वेब मिलर (D) निकोलस बर्न्सस्टॉर्फ

74) रॅडिकल डेमोक्रॅटिक पार्टी या पक्षाचे अध्यक्ष कोण होते?

(A) तेजबहादूर सप्रू (B) चिमणलाल सेटलवाड

(C) नारायणराव चंदावरकर (D) मानवेंद्रनाथ रॉय

75) बटलर समिती कुठल्या विषयाशी संबंधित होती?

(A) शिक्षण (B) आर्थिक धोरण

(C) निर्यातवृद्धी (D) भारतीय संस्थाने

76) अखिल भारतीय संस्थानी प्रजापरिषदेचे पहिले अधिवेशन कुठे भरवण्यात आले होते?

(A) बडोदा (B) भोपाळ
(C) पतियाळा (D) मुंबई

77) बॉम्बे योजना कशाशी संबंधित होती?
(A) आर्थिक विकास (B) औद्योगिक विकास
(C) देशी उद्योगांना करावयाचा वीजपुरवठा
(D) सामाजिक विकास व उद्योग

78) अखिल भारतीय शिक्षण परिषद 1937 मध्ये कुठे भरवण्यात आली होती?
(A) पुणे (B) वर्धा (C) साबरमती (D) फैजपूर

79) मद्रास महिलाश्रमाची स्थापना कुणाच्या पुढाकाराने झाली?
(A) ॲनी बेझंट (B) कमलाबाई राव
(C) माझरिट कुझिन्स (D) मॅडम ब्लॅक्ट्स्की

80) भूमिगत राहून 'इन्किलाब' हे वार्तापत्र कुणी चालवले?
(A) उषा मेहता (B) सुचेता कृपलानी
(C) अरुणा असफअली (D) वासंती देवी

81) खालीलपैकी कुठल्या जनगगनाआयुक्ताने दलित समाज हिंदू समाजापेक्षा वेगळा आहे असे विधान जाहीरपणे करून दोन्ही समाजांमध्ये फूट पाडण्याचा प्रयत्न केला?
(A) ई. एच. रॉबर्ट (B) फ्रँकलिन टेगार्ट
(C) एडवर्ड गेट (D) वरीलपैकी नाही.

82) खालीलपैकी कुठले वृत्तपत्र मुंबईत होमरुल पार्टीने सुरू केले होते?
(A) इंडियन होमरूल (B) यंग इंडिया
(C) नवजीवन (D) बॉम्बे क्रॉनिकल

83) जी. डी. बिर्ला यांनी मदनमोहन मालवीय यांच्याकडून कुठले वृत्तपत्र विकत घेतले होते.
(A) हिंदुस्थान टाईम्स (B) दहेली मेल
(C) इंडिया गॅझेट (D) हिंदुस्थान समाचार

84) १९४६ मध्ये 'द टाइम्स ऑफ इंडिया' या वृत्तपत्राची मालकी कुणी विकत घेतली?
(A) लोटावाला (B) जमनालाल बजाज
(C) रामकृष्ण दालमिया (D) ईश्वरदास ठाकुरदास

85) ‘फ्री प्रेस ऑफ इंडिया एजन्सी’ या वृत्तसंस्थेची स्थापना कुणी केली?
(A) एस. सदानंद (B) बी. सेनगुप्ता
(C) के. सी. रॉय (D) वरीलपैकी नाही.

86) दक्षिण आफ्रिकेत असताना गांधीजी कुठले वृत्तपत्र चालवत असत?
(A) जोहान्सबर्ग टाइम्स (B) इंडियन डिझायर
(C) इंडियन ओपिनिअन (D) इंडियन क्रॉनिकल

87) ICS चा राजीनाम देऊन परत आल्यावर सुभाषचंद्र बोस यांनी कुठल्या महाविद्यालयाच्या प्राचार्यपदाची जबाबदारी स्वीकारली?
(A) नॅशनल कॉलेज (B) कोलकाता कॉलेज
(C) वेदान्त कॉलेज (D) विश्वभारती कॉलेज

88) ‘अ नेशन रन द नेकिंग’ हा ग्रंथ कुणी लिहिला?
(A) अंबिकाचरण मुजुमदार (B) सुरेंद्रनाथ बॅनर्जी
(C) दादाभाई नौरोजी (D) व्योमेशचंद्र बॅनर्जी

89) डेक्कन सभेची स्थापना कुणी केली?
(A) गोपाळ कृष्ण गोखले (B) म.गो. रानडे
(C) फिरोझशाह मेहता (D) गो.ग. आगरकर

90) खालीलपैकी कुठले वृत्तपत्र ॲनी बेझंट यांनी सुरू केले होते?
(A) न्यू इंडिया (B) डिफ्रंट इंडिया
(C) इंडिया (D) इंडियन

91) इंदुप्रकाश या वृत्तपत्रातून ‘जुन्या ऐवजी नवे दीप’ या नावाने कुणी लेख लिहिले?
(A) अरविंद घोष (B) बारींद्रकुमार घोष
(C) A व B (D) वरीलपैकी नाही.

92) महर्षी धोंडो केशव कर्वे यांच्या आत्मचरित्राचे नाव काय आहे?
(A) आत्मकथा (B) आत्मवृत्त
(C) एका पानाची कहाणी (D) हिंगण्याचे दिवस

93) १९८६ मध्ये कुठल्या समितीने पंचायत राज्याला घटनात्मक दर्जा देण्याची शिफारस केली?
(A) सिंघवी (B) जी. व्ही. के. राव
(C) अशोक मेहता (D) पी. बी. पाटील

94) 'मुरळी प्रतिबंध चळवळ' कुणी सुरू केली?
(A) वि.रा. शिंदे　　　　　　(B) काशिनाथ तेलंग
(C) म. गो. रानडे　　　　　　(D) गो. ग. आगरकर

□□

उत्तरे :

| 1) | ñ B | 25) | ñ C | 49) | ñ A | 73) | ñ B |
|----|-----|-----|-----|-----|-----|-----|-----|
| 2) | ñ A | 26) | ñ C | 50) | ñ C | 74) | ñ D |
| 3) | ñ D | 27) | ñ D | 51) | ñ A | 75) | ñ D |
| 4) | ñ B | 28) | ñ C | 52) | ñ C | 76) | ñ D |
| 5) | ñ C | 29) | ñ A | 53) | ñ C | 77) | ñ B |
| 6) | ñ A | 30) | ñ B | 54) | ñ A | 78) | ñ B |
| 7) | ñ C | 31) | ñ D | 55) | ñ C | 79) | ñ C |
| 8) | ñ B | 32) | ñ B | 56) | ñ B | 80) | ñ C |
| 9) | ñ A | 33) | ñ A | 57) | ñ B | 81) | ñ C |
| 10) | ñ B | 34) | ñ C | 58) | ñ B | 82) | ñ B |
| 11) | ñ B | 35) | ñ C | 59) | ñ C | 83) | ñ A |
| 12) | ñ D | 36) | ñ B | 60) | ñ A | 84) | ñ C |
| 13) | ñ B | 37) | ñ B | 61) | ñ A | 85) | ñ A |
| 14) | ñ A | 38) | ñ A | 62) | ñ B | 86) | ñ C |
| 15) | ñ C | 39) | ñ A | 63) | ñ A | 87) | ñ A |
| 16) | ñ D | 40) | ñ D | 64) | ñ C | 88) | ñ B |
| 17) | ñ B | 41) | ñ D | 65) | ñ B | 89) | ñ B |
| 18) | ñ A | 42) | ñ C | 66) | ñ A | 90) | ñ A |
| 19) | ñ C | 43) | ñ B | 67) | ñ D | 91) | ñ A |
| 20) | ñ D | 44) | ñ B | 68) | ñ A | 92) | ñ B |
| 21) | ñ D | 45) | ñ D | 69) | ñ B | 93) | ñ A |
| 22) | ñ B | 46) | ñ A | 70) | ñ C | 94) | ñ A |
| 23) | ñ B | 47) | ñ C | 71) | ñ A | | |
| 24) | ñ C | 48) | ñ B | 72) | ñ D | | |

# खालील विधानांपैकी

## प्राचीन

1) अध्वर्यू पुरोहित खालीलपैकी कुठल्या वेदाशी संबंधित होते?

(A) यजुर्वेद व ऋग्वेद (B) ऋग्वेद व सामवेद

(C) सामवेद व अथर्ववेद (D) यजुर्वेद

2) खालीलपैकी कुठल्या दर्शनात अणूचा उल्लेख आहे?

(A) सांख्य (B) योग

(C) वैशेषिक (D) मीमांसा

3) खालीलपैकी कुठल्या दर्शनात तर्क (Logic) या तत्त्वाला सर्वाधिक महत्त्व दिलेले आहे?

(A) सांख्य व योग (B) न्याय व योग

(C) न्याय व वैशेषिक (D) न्याय

4) खालीलपैकी कुठल्या संस्थेचा केतू (flag) अग्नी आहे?

(A) सभा (B) समिती

(C) विदथ (D) वरील सर्व

5) खालीलपैकी कोण धर्मसूत्रांशी संबंधित नाही.

(i) गौतम (ii) बौधायन

(iii) शुक्र (iv) नारद

(v) कामंदक

(A) (i), (ii), (iii) (B) वरील सर्व

(C) (i) व (ii) (D) (i), (ii), (iv), (v)

6) गृह्यसूत्रांनुसार गृहस्थाने करावयाच्या पंचमहायाज्ञांमध्ये खालीलपैकी कशाचा समावेश करता येईल?

(i) बह्मयज्ञ (ii) पितृयज्ञ

(iii) देवयज्ञ (iv) भूतयज्ञ

(v) अतिथियज्ञ

(A) (i), (iii), (iv), (v) (B) (ii), (iii), (iv) (v)

(C) (i), (ii), (iii), (iv), (v) (D) (i), (iii), (iv) (v)

7) खालीलपैकी कुठला राजा व गौतम बुद्ध यांच्या भेटीचे शिल्प भारहुत स्तूपावरच्या शिल्पकामामध्ये आहे?

(A) उदयन
(B) बिंबिसार
(C) अजातशत्रू
(D) प्रसेनजित

8) खालीलपैकी कुठली गणराज्ये गंगेच्या खोऱ्यात होती?

(i) शौरसेन
(ii) कोसल
(iii) अस्सक
(iv) वत्स
(v) कांबोज

(A) (i), (iii), (iv), (v)
(B) (i), (ii), (iv)
(C) (ii), (iii), (iv)
(D) (i), (ii), (iii), (iv) (v)

9) कुशीनर व पावा या खालीलपैकी कुठल्या जनपदाच्या राजधान्या होत्या

(A) चेदी
(B) वत्स
(C) मल्ल
(D) विदेह

10) खालीलपैकी कुणाचा समावेश 'अटवी बलम' मध्ये होत असे?

(A) आदिवासी
(B) शूद्र
(C) चांडाळ
(D) वरीलपैकी नाही.

11) खालीलपैकी कुठले अधिकारी मौर्यकालात बाजाराशी (Market) संबंधित होते?

(i) पण्याध्यक्ष
(ii) आकाराध्यक्ष
(iii) पटवाध्यक्ष
(iv) वज्रभूमिक

(A) (i) व (iii)
(B) (ii) व (iv)
(C) (i) व (ii)
(D) (iii) व (iv)

12) खालीलपैकी कुठल्या वास्तू शुंगकाळाशी संबंधित आहेत?

(i) भाज्याचा विहार
(ii) अमरावतीचा स्तूप
(iii) काल्याचा विहार
(iv) चैत्य क्र. ९, अजिंठा
(v) बेडसा लेणी

(A) (i), (iii), (iv)
(B) (ii), (iv), (v)
(C) (i), (ii), (iv)
(D) (iii), (iv) (v)

13) खालीलपैकी कुठले ग्रंथ अश्वघोषाने लिहिलेले आहेत?

(i) वज्रसूची
(ii) सौंदरानंद काव्य
(iii) सारीपुत्त प्रकरण
(iv) बुद्धचरितम्

(A) (i), (iii), (iv)            (B) (iii), (iii), (iv)

(C) (ii), (ii), (iii), (iv)     (D) (i), (iii)

14) खालीलपैकी कुठले ग्रंथ गुप्तकालाचा इतिहास लिहिण्यासाठी उपयुक्त नाहीत?

(i) कामंदक नीतिसार          (ii) कौमुदीमहोत्सव

(iii) सांख्यकारिका            (iv) सेतुबंध

(v) हरिविजय

(A) (i), (iii), (iv), (v)        (B) (i), (ii), (iii)

(C) (iv), (v)                   (D) (ii), (iii), (iv)

15) खालीलपैकी कुठल्या ग्रंथात कथेच्या माध्यमातून व्याकरणाचे नियम स्पष्ट केले आहेत?

(A) मृच्छकटिक               (B) रावणवध

(C) किरातार्जुनीयम्          (D) पंचतंत्र

16) खालीलपैकी कुठल्या स्मृतींनी विधवापूनर्विवाहाला मान्यता दिली?

(i) याज्ञवल्क्य              (ii) नारद

(iii) पराशर                 (iv) मनू

(A) (ii), (iii)             (B) (i), (iv)

(C) (iii), (iv)            (D) (ii), (iv)

17) नालंदा विद्यापीठातील खालीलपैकी कुठले विद्यार्थी तिबेटमध्ये धर्मप्रचाराचे काम करत होते?

(i) पद्मसंभव               (ii) स्थिरमती

(iii) कुमारजीव             (iv) धर्मदेव

(iv) बुद्धक्रिती

(A) (i), (ii), (v)          (B) (i), (ii), (iii), (iv), (v)

(C) (ii), (iv), (v)         (D) (iii), (iv), (v)

18) खालीलपैकी कुठले ग्रंथ वैद्यकशास्त्राशी संबंधित आहेत?

(i) अष्टांग संग्रह           (ii) सिद्धांतशिरोमणी

(iii) कोकशास्त्र            (iv) माधवनिदान

(A) (ii), (i)              (B) (ii), (iii)

(C) (iv), (i)             (D) (iii), (iv)

19) खालीलपैकी कुठल्या ठिकाणी अशोकाचे स्तंभालेख आहेत?

(i) अमरावती               (ii) कलसी

(iii) मनशेरा                  (iv) जौगुडा

(v) रामपूर्वा

(A) (i), (ii), (iii), (iv)            (B) (i), (iii), (iv) (v)

(C) (i), (iv), (v)                 (D) (i), (iii), (iv)

20) सिंधू संस्कृतीतील खालील ठिकाणांचा पश्चिमेकडून पूर्वेकडे जाताना कोणता क्रम योग्य आहे?

(i) मेहेरगढ                 (ii) आलमगीरपूर

(iii) कालीबंगन             (iv) बनवाली

(A) (i), (ii), (iii), (iv)           (B) (ii), (iv), (iii), (i)

(C) (i), (iii), (iv), (ii)           (D) (ii), (iii), (iv), (i)

21) उत्तरेकडून दक्षिणेकडे जाताना सिंधू संस्कृतीतील खालील ठिकाणांचा योग्य क्रम कोणता?

(i) रंगपूर                  (ii) ढोलवीरा

(iii) नौशेरा               (iv) चन्हु दारो

(A) (i), (ii), (iii), (iv)           (B) (i), (ii), (iv), (iii)

(C) (ii), (iv) (iii), (i)           (D) (iii), (iv), (ii), (i)

22) सिंधू संस्कृतीमधील खालीलपैकी कुठली ठिकाणे सिंधू संस्कृतीच्या उत्तर व दक्षिण सीमेवर आहेत?

(i) मकरान                (ii) भार्गत्रव

(iii) आलमगीरपूर         (iv) मांडा

(A) (i) व (ii)                 (B) (ii) व (iii)

(C) (ii) व (iv)                (D) (iii) व (iv)

23) राष्ट्रकूटांच्या प्रशासकीय विभागांचा खालीलपैकी कुठला क्रम उतरत्या क्रमानुसार योग्य आहे?

(i) विषय       (ii) राष्ट्र       (iii) ग्राम       (iv) भुक्ती

(A) (ii), (i), (iv), (iii)           (B) (ii), (iv), (i), (iii)

(C) (i), (ii) (iii), (iv)           (D) (iv), (iii), (ii), (i)

24) चोलांच्या प्रसासकीय विभागांचा खालीलपैकी कुठला क्रम उतरत्या क्रमानुसार योग्य आहे?

(i) वलनाडू              (ii) तनियूर

(iii) नाडू                  (iv) मंडलम

(A) (ii), (ii), (iii), (iv)
(B) (ii), (iii), (iv), (i)
(C) (iii), (iv) (i), (ii)
(D) (iv), (i), (iii), (ii)

25) चोलांच्या ग्रामसभेचे प्रकार खालीपैकी कोणते होते?

(i) उर
(ii) सभा
(iii) नगरम्
(iv) पट्टणम्

(A) (i), (ii), (iii), (iv)
(B) (ii), (iii), (iv)
(C) (iii), (ii), (iii)
(D) (i), (ii), (iv)

26) खालीलपैकी कुठल्या अभारतीय व्यक्तींनी वैदिक वा बौद्ध धर्म स्वीकारला व त्या त्या धर्माशी संबंधित बांधकामे केली?

(i) हेलिओडोरस
(ii) धेनुकाकट
(iii) इंद्राग्निदत्त
(iv) इरिल

(A) (ii), (iii), (iv)
(B) (i), (ii), (iii)
(C) (i), (iii), (iv)
(D) (i), (ii), (iv)

27) खालीलपैकी कुठले स्तंभालेख स्कंदगुप्ताशी संबंधित आहेत?

(i) भिटारी
(ii) गढवाल
(iii) उदयगिरी
(iv) कहौम

(A) (i), (ii)
(B) (ii), (iv)
(C) (i), (iv)
(D) (iii), (iv)

28) गुप्तकाळात खालीलपैकी कुठले अधिकारी नगरप्रशासनाशी संबंधित होते?

(i) पुरपाल
(ii) अवस्थिक
(iii) महादंडनायक
(iv) भोगिक

(A) (i), (ii)
(B) (ii), (iii)
(C) (iii), (iv)
(D) (i), (iv)

29) खालीलपैकी कुठले ग्रंथ जैनांचे आहेत?

(i) निर्युक्ती
(ii) चूर्णी
(iii) तर्कशास्त्र
(iv) दिंगंबरसूत्र

(A) (i) व (iii)
(B) (ii) व (iv)
(C) (i) व (ii)
(D) (iii) व (iv)

30) खालीलपैकी कुठल्या राष्ट्रकूट राजाच्या काळात वेरूळचे कैलास लेणे खोदण्यात आले?

(A) कृष्ण पहिला             (B) कृष्ण दुसरा

(C) कृष्ण तिसरा            (D) कृष्ण चौथा

31) खालील ठिकाणांचा उत्तरेकडून दक्षिणेकडे जाताना कोणता क्रम योग्य आहे?

    (i) कल्याणी             (ii) तंजावर

    (iii) मान्यखेत            (iv) वातापी

    (A) (i), (ii), (iii), (iv)          (B) (i), (iii), (ii), (iv)

    (C) (i), (iii), (iv), (ii)          (D) (iii), (i), (iv), (ii)

32) पश्चिमेकडून पूर्वेकडे जाताना मौर्यकालीन स्तूपांचा खालीलपैकी कोणता क्रम योग्य आहे?

    (i) विदिशा              (ii) बुद्धगया

    (iii) उज्जैनी             (iv) सांची

    (A) (iii), (iv), (i), (ii)          (B) (i), (ii), (iii), (iv)

    (C) (iii), (iv), (ii), (i)          (D) (iv), (iii), (i), (ii)

33) खालील नद्यांची उतरत्या क्रमाने रचना केल्यास कोणता क्रम योग्य असेल?

    (i) परुष्णी              (ii) असिक्नी

    (iii) वितस्ता             (iv) शतद्रू

    (A) (i), (ii) (iii), (iv)          (B) (iii), (ii), (iv), (i)

    (C) (iii), (ii), (i), (iv)          (D) (ii), (iii), (i), (iv)

34) खालील प्रागैतिहासिक (Pre-Historic) स्थानांपैकी कुठली स्थाने गंगेच्या खोऱ्यात आहेत?

    (i) सराई नहर राई         (ii) चिरांद

    (iii) आदमगड           (iv) चोपनी मांडो

    (A) (i), (ii) (iii), (iv)          (B) (ii), (iii), (iv)

    (C) (i), (ii), (iv)           (D) (i), (iii), (iv)

35) रायचूर दुआब खालीलपैकी कुठल्या दोन नद्यांमध्ये आहे?

    (A) कृष्णा, हगरी          (B) कृष्णा, गोदावरी

    (C) कृष्णा, तुंगभद्रा        (D) कृष्णा, पेन्नेरू

36) सिंधू संस्कृतीशी संबंधित खालीलपैकी कुठले स्थान सिंधू नदीच्या खोऱ्यात येत नाही?

    (i) कालीबंगन           (ii) बनवाली

    (iii) आलमगीरपूर         (iv) भगवानपुरा

(v) रोपार

(A) (iii)                              (B) (iv), (iii)

(C) (v), (ii)                          (D) (ii), (i)

37) 'केकय' जनपद खालीपैकी कुठल्या दोन नद्यांमध्ये वसलेले होते?

(A) वितस्ता, असिक्नी            (B) परुष्णी, शतद्रू

(C) असिक्नी, परुष्णी            (D) वितस्ता, परुष्णी

38) खालीलपैकी कुठली महाजनपदे गंगेच्या खोऱ्यात होती?

(i) मत्स्य                         (ii) चेदी

(iii) महल्ल        (iv) अवंती      (v) कांबोज

(A) (i), (ii), (iii), (iv), (v)       (B) (ii), (iii), (iv)

(C) (ii), (iii), (iv), (v)            (D) (i), (iii), (iv), (v)

39) खालीपैकी कुठल्या ठिकाणी अशोकाचे स्तंभालेख सापडले आहेत?

(i) सांची                         (ii) सारनाथ

(iii) श्रावस्ती                     (iv) निगाली सागर

(v) महास्थान

(A) (i), (ii), (iv)                   (B) (ii), (iv), (v)

(C) (i), (ii), (v)                    (D) (iii), (iv), (v)

□□

| उत्तरे : | 1) | ñ D | 14) | ñ C | 27) | ñ C |
|---|---|---|---|---|---|---|
| | 2) | ñ C | 15) | ñ B | 28) | ñ A |
| | 3) | ñ D | 16) | ñ A | 29) | ñ C |
| | 4) | ñ C | 17) | ñ A | 30) | ñ A |
| | 5) | ñ C | 18) | ñ C | 31) | ñ C |
| | 6) | ñ C | 19) | ñ C | 32) | ñ A |
| | 7) | ñ D | 20) | ñ C | 33) | ñ C |
| | 8) | ñ B | 21) | ñ D | 34) | ñ C |
| | 9) | ñ C | 22) | ñ C | 35) | ñ C |
| | 10) | ñ A | 23) | ñ A | 36) | ñ A |
| | 11) | ñ A | 24) | ñ D | 37) | ñ A |
| | 12) | ñ C | 25) | ñ C | 38) | ñ B |
| | 13) | ñ C | 26) | ñ A | 39) | ñ A |

# खालील विधानांपैकी

## मध्ययुगीन

1) खालीलपैकी कुठल्या ग्रंथांमधून अकबराचा राजपदाचा सिद्धान्त स्पष्ट होतो?

(i) अकबरनामा
(ii) तबाकत-इ-अकबरी
(iii) ऐन-इ-अकबरी
(iv) मुंतखाब-उल-तवारीख

(A) (i), (iii)
(B) (iii), (iv)
(C) (i), (ii), (iii)
(D) (i), (iii), (iv)

2) चढत्या क्रमानुसार सुलतानशाहीच्या लष्कराची खालीलपैकी कोणती रचना योग्य आहे?

(i) खान
(ii) अमीर
(iii) मलिक
(iv) सर्खेल
(v) सिपेहसालार

(A) (v), (iv), (iii), (i), (ii)
(B) (iv), (v), (ii), (iii), (i)
(C) (v), (iv), (ii), (iii), (i)
(D) (iv), (v), (iii), (ii), (i)

3) खालीलपैकी कुठल्या हुद्द्याच्या आधारावर वेतनप्रमाण निश्चित केले जात असे?

(A) सवार
(B) मशरूत
(C) झात
(D) उमरा

4) 'मशरुत' या हुद्द्याच्या संदर्भात पुढीलपैकी कुठले विधान बरोबर आहे?

(A) हा हुद्दा मनसबदाराजवळ असलेल्या सैन्याची संख्या दर्शवत असे.
(B) झात व मशरुत या हुद्द्यांच्या साह्याने मनसबदाराचे वेतन निश्चित केले जात असे.
(C) ह्या हुद्द्यामुळे हुद्देदाराजवळील जनावरांची संख्या दर्शवली जात असे.
(D) एखाद्या जागेवर नेमणूक झाल्यावर तेथील विशिष्ट परिस्थितीमुळे हुद्द्याने निर्देशित स्वारांपेक्षा अधिक स्वार नेमावे लागल्यास संबंधित मनसबदाराला हा हुद्दा मिळत असे.

5) सिह-अस्पाच्या संदर्भात पुढीलपैकी किती विधाने बरोबर आहेत?

(i) हा हुद्दा जहांगीरच्या काळात निर्माण करण्यात आला.
(ii) नियमित घोड्याशिवाय एक घोडा जादा असणाऱ्यास हा हुद्दा मिळत असे.

(iii) नियमित घोड्याशिवाय दोन घोडे जादा असणाऱ्यास हा हुद्दा मिळत असेत.

(iv) दोघाजणांमध्ये मिळून एक घोडा जादा असणाऱ्यास हा हुद्दा मिळत असे.

(A) वरील एकही नाही (B) (i), (ii)

(C) (i) व (iii) (D) फक्त (i)

6) 'कब्ज' या संदर्भात पुढीलपैकी कुठले विधान बरोबर आहे.

   (A) महसूल गोळा करण्यासंदर्भात जहागीरदाराकडून अमिलाला मिळणारा हिस्सा म्हणजे कब्ज

   (B) महसूल गोळा करण्याचे काम देण्यासाठी जहागीरदार अमिलाकडून काही आगाऊ रक्कम घेत असे ही म्हणजे कब्ज

   (C) महसुलातील जहागीरदाराचा वाटा म्हणजे कब्ज

   (D) वरीलपैकी एकही नाही.

7) इजारदारासंदर्भात पुढीलपैकी कुठले विधान बरोबर आहे?

   (A) महसूल वसुलीचे काम लिलावाच्या तत्त्वावर होणारी व्यक्ती

   (B) महसूल वसुलीच्या कामासाठी भाडेतत्त्वानुसार मनुष्यबळ पुरवणारी व्यक्ती.

   (C) महसूल वसुलीच्या प्रक्रियेतील मध्यस्थ

   (D) महसूल वसुली झाल्यावर वसूल महसूल सरकारी खजिन्यात पोहोचवण्याची जबाबदारी असलेली व्यक्ती.

8) 'वाकनीस' या अधिकाऱ्याच्या संदर्भात पुढीलपैकी कुठले विधान बरोबर आहे?

   (A) परगण्यातील कायदा व सुव्यवस्था राखणे.

   (B) परगण्यातील हिशेब तपासण्याचे काम करणे.

   (C) परगण्यात घडणाऱ्या घटनांचा अहवाल केंद्रीय सत्तेकडे पाठवणे.

   (D) परगण्यातील वसुल शेतसाऱ्याची साठवणूक करणे.

9) 'मुतालिबा' याच्या संदर्भात पुढीलपैकी कुठले विधान बरोबर आहे?

   (A) मनसबदाराची संपत्ती त्याच्या मृत्यूनंतर त्याच्या वारसांकडे सुपूर्त करताना बादशहा 'मुतालिबा' म्हणून काही रक्कम घेत असे.

   (B) घोडदळातील सैनिकांना मिळणारा खर्चभत्ता

   (C) पायदळातील सैनिकांना मिळणारा खर्चभत्ता

   (D) मनसबदाराच्या जागेवर त्याच्या वारसाची नेमणूक करताना नव्या मनसबदाराला 'मुतालिबा' म्हणून काही रक्कम बादशहाला द्यावी लागत असे.

10) इस्लामी कायदा खालीलपैकी कशावर आधारित आहे?

(i) कुराण (ii) हदिस

(iii) इज्मा (iv) कियास

(v) इज्तिहाद

(A) (i), (ii), (iii), (v) (B) (ii), (iii), (iv), (v)

(C) (i), (iii), (iv), (v) (D) (i), (ii), (iii), (iv)

11) गुन्हेगाराला इस्लामी कायद्यानुसार खालीलपैकी कोणत्या प्रकारच्या शिक्षा दिल्या जात?

(i) हदूद (ii) तझीर

(iii) किसास (iv) तशहीर

(A) (i), (ii), (iii), (iv) (B) (i), (ii), (iii)

(C) (i), (iii), (iv) (D) (iii), (iv)

12) खालीलपैकी कुठले विधान तोडरमल महसूल व्यवस्थेच्या संदर्भात गैरलागू आहे?

(A) तोडरमल पद्धतीत जमिनीच्या मोजणीसाठी 'गज' ही प्रमाणित पद्धत विकसित करण्यात आली.

(B) उत्पन्नाची मोजणी प्रत्येक प्रांत व महालाच्या सरासरी उत्पन्नाच्या आधारे निश्चित करण्यात आली.

(C) तोडरमल पद्धतीत गेल्या १० वर्षांतील किंमतीच्या सरासरीचा अभ्यास करून महसूल निश्चित करण्यात आला.

(D) तोडरमल पद्धती 'शफी' परंपरेतील तत्त्वांनुसार संघटित करण्यात आली होती.

13) खालीलपैकी कुठले सुफी संत चिश्ती परंपरेशी संबंधित होते?

(i) शेख निजामुद्दीन अवलिया (ii) शेख हमीदुद्दीन नागौरी

(iii) शेख हर्फुद्दीन याह्या (iv) शाह अब्दुल्ला

(v) मुल्ला शाह

(A) (i), (ii) (B) (iv), (v)

(C) (iii), (ii) (D) वरील सर्व

14) खालीलपैकी कुठला सिद्धान्त वीरशैवांशी संबंधित आहे?

(A) मार्जारकिशोरन्याय (B) कपीकिशोरन्याय

(C) लिंगांगसामरस्य (D) अद्वैत

15) खालीलपैकी वीरशैव पंथाशी कोण संबंधित होते?
(i) बसवेश्वर
(ii) अल्लमप्रभु
(iii) केशवराज
(iv) माधवनाथ
(v) अक्कमहादेवी
(A) (i), (ii), (iii), (iv), (v)
(B) (i), (ii), (v)
(C) (i), (ii), (iii)
(D) (i), (ii), (iv)

16) खालीलपैकी कुठले ग्रंथ हुमायूनच्या कालखंडाशी संबंधित आहेत?
(i) तारीख-इ-रशिदी
(ii) तारीख-इ-सलातिन-इ-अफगाणा
(iii) इतिखाब-इ-हुमायुनी
(iv) हुमायून नामा
(A) (i), (ii), (iii), (iv),
(B) (ii), (iii), (iv)
(C) (i), (ii), (iv)
(D) (i), (iii), (iv)

17) खालीलपैकी कुठले ग्रंथ औरंगजेबाविषयी माहिती देतात?
(i) अमल-इ-सालिह
(ii) मुंतखाब-उल-लुबाब
(iii) मुंतखाब-उल-तवारीख
(iv) नुक्शा-इ-दिलकशा
(A) (i), (ii), (iv)
(B) (i), (ii), (iii)
(C) (i), (iii), (iv)
(D) (ii), (iii), (iv)

18) खालीलपैकी कुठले ग्रंथ अमीर खुसरोने लिहिले आहेत?
(i) नुह सिफिर
(ii) तुफत-उस-सिघार
(iii) किरान-उस-सादिन
(iv) मनांकिब
(A) (i), (ii), (iv)
(B) (i), (ii), (iii)
(C) (ii), (iii), (iv)
(D) (i), (ii), (iii), (iv)

19) खालीलपैकी कशाचा संबंध फिरोझशाह तुघलकाशी जोडता येईल?
(i) दार-उल-सिफा
(ii) दिवन-इ-खैरत
(iii) दिवान-इ-इश्तिकाक
(iv) फुतुल-उस-सलातिन
(A) (i), (ii), (iii)
(B) (ii), (iii), (iv)
(C) (i), (iii), (iv)
(D) (i), (ii), (iii), (iv)

20) खालीलपैकी कुठला सुलतान सिंधच्या स्वारीच्या वेळी कच्छच्या रणात वाट चुकला होता?
(A) मुबारक शाह
(B) फिरोझशाह तुघलक
(C) मोहंमद तुघलक
(D) महमुद बेगडा

21) खालीलपैकी कुठल्या परदेशी प्रवाशांनी विजयनगरच्या साम्राज्याविषयी लिहिले आहे?

(i) नुनीझ (ii) अब्दुर रझाक

(iii) आंद्रे कोर्साली (iv) निकोलो काँटी

(A) (i), (ii), (iii), (iv) (B) (ii), (iii), (iv)

(C) (ii), (iii), (i), (iv) (D) (i), (ii), (iii), (iv)

22) चढत्या क्रमानुसार विजयनगरच्या प्रांतिक प्रशासनाची खालीलपैकी कुठली रचना योग्य आहे?

(i) सीमा (ii) वेंठी

(iii) मंडल (iv) नाडू

(A) (iv), (i), (ii), (iii) (B) (i), (iv), (iii), (ii)

(C) (i), (iv), (ii), (iii) (D) (i), (ii), (iii), (iv)

23) खालीलपैकी कुठल्या दोन युद्धांनंतर हुमायूनचे दिल्लीवरील वर्चस्व पुनर्स्थापित झाले?

(A) मछीवारा, चौसा (B) कनौज, सरहिंद

(C) मछीवारा, सरहिंद (D) चौसा, कनौज

24) खालीलपैकी कुठल्या वास्तू शेरशहाच्या काळात बांधल्या गेल्या?

(i) रोहतासगढ (ii) पुराना किल्ला

(iii) अटल मशीद (iv) कदम रसूल

(A) (i), (iii) (B) (iii), (iv)

(C) (i), (ii) (D) (i), (iv)

25) खालीलपैकी कुठले चित्रकार अकबराच्या दरबारात होते?

(i) अब्दुस समद (ii) फारुख बेग

(iii) दसवंत (iv) ताराचंद

(A) (i), (iii), (iv) (B) (iii), (iv)

(C) (i), (ii), (iii), (iv) (D) (ii), (iii), (iv)

26) खालीलपैकी कुठल्या वास्तूंचे बांधकाम शाहजहानच्या काळात झालेले आहे?

(i) दीवान-इ-आम (ii) दीवान-इ-खास

(iii) मोती मशीद (iv) घुसलखाना

(A) (i), (ii), (iii) (B) (ii), (iii), (iv)

(C) (i), (iii), (iv) (D) (i), (ii), (iii), (iv)

27) खालीलपैकी कुठले चित्रकार जहांगीरच्या दरबारात होते?
   (i)  बसवन                          (ii) मोहंमद नादिर
   (iii) बिशन दास                      (iv) मनोहर
   (A) (i), (ii), (iii)                 (B) (ii), (iii),  (iv)
   (C) (i), (ii), (iii), (iv)           (D) (i), (iii),  (iv)

28) खालीलपैकी कुणाचे अभंग आदिग्रंथात अंतर्भूत आहेत?
   (i)  गुरू अर्जुन                     (ii) कबीर
   (iii) फरीद                          (iv) नामदेव
   (v) रायदास
   (A) (i),  (ii), (iii), (iv)           (B) (ii), (iii), (iv), (v)
   (C) (i), (iii), (iv) , (v)           (D) (i), (ii),  (iii), (iv) (v)

29) निजामशाहीचे राज्य खालीलपैकी कुठल्या दोन नद्यांच्यामध्ये होते?
   (A) गोदावरी, तापी                   (B) तापी, नर्मदा
   (C) तापी, वैनगंगा                    (D) तापी, दमणगंगा

30) उत्तरेकडून दक्षिणेकडे जाताना खालील स्थानांचा योग्य क्रम कोणता?
   (i)  वारंगळ                         (ii) द्वारसमुद्र
   (iii) देवगिरी                        (iv) मदुराई
   (A) (i),  (iii), (ii), (iv)           (B) (iii), (i), (iv), (ii)
   (C) (iii), (i), (ii) , (iv)          (D) (i), (ii),  (iii), (iv)

31) पानिपतचे दुसरे युद्ध खालीलपैकी कुणामध्ये झाले?
   (A) अकबर व आधम खान               (B) अकबर व हेमू
   (C) अकबर व अब्दुल्ला खान उझबेक      (D) अकबर व बैराम खान

32) खालीलपैकी कुठल्या ब्राह्मणांना अकबरने ‘इबादत खाना’ मधील चर्चेसाठी आमंत्रित केले होते?
   (i)  विजयसेन सूरी                   (ii) भानुचंद्र उपाध्याय
   (iii) पुरुषोत्तम                      (iv) जिनचंद्र              (v) ललितचंद्र
   (A) (i),  (ii), (iii), (v)            (B) (i), (ii), (iii), (iv), (v)
   (C) (i), (ii), (iii), (iv)           (D) (i), (iii), (iv), (v)

33) तोडरमलच्या वर्गीकरणानुसार खालीलपैकी कुठल्या जमिनीचे वर्गीकरण तीन / चार वर्षे पडीक राहणाऱ्या जमिनीत करण्यात आले होते?
   (A) बंजर     (B) छच्छर        (C) पोलाज       (D) पारुती

34) 'बितिक्ची'च्या संदर्भात खालीलपैकी कुठले विधान बरोबर आहे?
   (A) कानुंगोंच्या कामाचे परीक्षण (supervising) करणे.
   (B) अमिलाचा मदतनीस म्हणून काम पाहणे.
   (C) शेतकऱ्यांकडून सारा वसूल करणे.
   (D) पोतदाराच्या कामावर नियंत्रण ठेवणे.

35) खालीलपैकी कुठल्या परकीय प्रवाशांनी मुघलांविषयी लिहून ठेवले आहे?
   (i) हॉकिन्स                         (ii) टॉमस रो
   (iii) बर्निअर                        (iv) निकोलो मनुची
   (A) (i), (ii), (iii)                  (B) (i), (ii), (iii), (iv)
   (C) (i), (iii) , (iv)                 (D) (i), (ii),  (iv)

36) मुघल काळात भारताला भेट दिलेल्या खालील परकीय प्रवाशांपैकी फ्रेंच प्रवासी कोण होते?
   (i) निकोलो मनुची                    (ii) ट्रॅव्हर्निअर
   (iii) बर्निअर
   (A) (i),  (ii)                       (B) (i), (iii)
   (C) (ii) , (iii)                     (D) (i), (ii), (iii)

37) खालीलपैकी कुठले शीख गुरू मुघलांकडून मारले गेले?
   (i) अमर दास                        (ii) तेगबहाद्दुर
   (iii) अर्जुन                          (iv) गोविंद सिंग
   (A) (i),  (ii)                       (B) (ii), (iii)
   (C) (ii), (iii) , (iv)               (D) (i), (ii), (iii), (iv)

38) 'झाफर नामा' म्हणून खालीलपैकी कशाचा उल्लेख करता येईल?
   (A) गोविंदसिंग यांनी औरंगजेबाला पाठवलेले पत्र
   (B) झाफर खानाने लिहिलेला मुघल साम्राजाचा इतिहास
   (C) (A) व (B)              (D) वरीलपैकी एकही नाही.

39) 'गुरुमत' विषयी खालीलपैकी कुठले विधान योग्य आहे?
   (A) शीख धर्मव्यवस्थेविषयी नानकांनी वेळोवळी केलेल्या उपदेशांचा संग्रह
   (B) गोविंदसिंगांच्या प्रवचनांचा संग्रह
   (C) 'मिसल'ची केंद्रीय संघटना
   (D) वरीलपैकी एकही नाही.

40) मुघलांच्या प्रांतिक व्यवस्थेचा खालीलपैकी कुठला क्रम बरोबर आहे?

(i) महाल (ii) सरकार

(iii) सुभा

(A) (iii), (ii), (i) (B) (ii), (i), (iii)

(C) (i), (ii) , (iii) (D) (iii), (i), (ii)

41) खालीलपैकी कुठले चित्रकार शाहजहानच्या काळातील होते?

(i) मीर हसन (ii) अनुप चित्र

(iii) चित्रमणी (iv) हसन सामद

(A) (i), (ii), (iii), (iv) (B) (i), (ii), (iii)

(C) (ii), (iii) , (iv) (D) (i), (iii), (iv)

42) खालीलपैकी कुठले ग्रंथ गझालीने लिहिलेले आहेत?

(i) मुन्कीज-मिनअज-जलाल (ii) इह्या-उल-उलुम

(iii) तिब्रुल-मसबुक (iv) सियासत-उल-मदनिया

(A) (i), (ii), (iii), (iv) (B) (i), (ii), (iii)

(C) (i), (ii), (iii) (D) (i), (ii), (iv)

43) खालीलपैकी मध्य युगात कोणत्या हिंदु लेखकांनी राज्यव्यवस्थेविषयी लिहिले आहे?

(i) कृष्णदेवराय (ii) बसवराज

(iii) शुक्र (iv) रघुनाथपंत हणमंते

(A) (i), (ii), (iii) (B) (i), (iii), (iv)

(C) (i), (ii) , (iv) (D) (ii), (iii), (iv)

❒❒

उत्तरे :

| | | | | |
|---|---|---|---|---|
| 1) ñ A | 10) ñ D | 19) ñ A | 28) ñ B | 37) ñ B |
| 2) ñ B | 11) ñ A | 20) ñ B | 29) ñ A | 38) ñ A |
| 3) ñ C | 12) ñ D | 21) ñ C | 30) ñ C | 39) ñ C |
| 4) ñ D | 13) ñ A | 22) ñ C | 31) ñ B | 40) ñ A |
| 5) ñ C | 14) ñ C | 23) ñ C | 32) ñ C | 41) ñ B |
| 6) ñ B | 15) ñ B | 24) ñ C | 33) ñ B | 42) ñ B |
| 7) ñ A | 16) ñ C | 25) ñ C | 34) ñ A | 43) ñ A |
| 8) ñ C | 17) ñ A | 26) ñ A | 35) ñ B | |
| 9) ñ A | 18) ñ B | 27) ñ B | 36) ñ C | |

# खालील विधानांपैकी
## आधुनिक

1) खालीलपैकी कोणाची नेमणूक मुघल बादशाहने अवध व बंगालच्या सुभेदारपदी केली होती?

   (i) सादतखान         (ii) सिराज उद्दौला

   (iii) अलिवर्दीखान      (iv) मुर्शिदकुलीखान

   (A) (i) व (ii)          (B) (i) व (iii)

   (C) (i) व (iv)          (D) (iii) व (ii)

2) खालीलपैकी कुठे ब्रिटिशांची वखार नव्हती

   (i) राजापूर           (ii) वेंगुर्ला

   (iii) मछलीपट्टण       (iv) कोचीन

   (v) नागपट्टण

   (A) (ii) व (iv)         (B) (iv) व (v)

   (C) (i), (ii), (v)       (D) (i) व (v)

3) प्लासीच्या युदधानंतर मीर जाफरशी ब्रिटिशांनी केलेल्या करारात खालीलपैकी कशाचा समावेश नव्हता?

   (i) बंगाल, बिहार व ओरिसाचे दिवाणी अधिकार ब्रिटिशांना मिळतील.

   (ii) चोवीस परगण्याची जमीनदारी ब्रिटिशांना मिळेल.

   (iii) सतरा लक्ष सत्तर लाख एवढी रोख रक्कम मिळेल.

   (A) (i)     (B) (ii)     (C) (iii)     (D) वरीलपैकी एकही नाही

4) बक्सारच्या युद्धानंतर ब्रिटिशांनी शाहआलमशी केलेल्या तहात खालीलपैकी कशाचा समावेश होता?

   (i) कोरा व अलाहाबादचा प्रदेश ब्रिटिशांकडे राहील.

   (ii) बंगाल, बिहार व ओरिसात कंपनीला मुक्त व्यापाराचा अधिकार मिळेल.

   (ii) शाहआलमला २६ लाख पेन्शन मिळेल.

   (A) (ii) व (iii)    (B) (i) व (iii)    (C) (i), (ii), (iii)    (D) फक्त (iii)

5) वॉरन हेस्टिंग्जच्या संदर्भात खालीलपैकी किती विधाने बरोबर आहेत?

   (i) त्याने बंगालची तिजोरी कोलकात्याला नेली.

   (ii) कोलकाता येथे त्याने बोर्ड ऑफ रेव्हेन्यूची स्थापना केली.

(i) त्याने जकातमुक्तीचे परवाने (दस्तक) देण्याची प्रथा चालू ठेवली.

(A) फक्त (ii)
(B) (i) व (ii)
(C) (i) व (iii)
(D) (ii) व (iii)

6) खालीलपैकी कुठल्या ठिकाणी कॉर्नवॉलिसने प्रांतिक न्यायालये निर्माण केली?

(i) ढाका
(ii) कोलकाता
(iii) पाटणा
(iv) भोपाळ
(v) मुंबई
(vi) चेन्नई

(A) (ii), (v), (vi)
(B) (i), (ii), (iii)
(C) (ii), (iv), (v)
(D) (i), (v), (vi)

7) खालीलपैकी कुठली संस्थाने डलहौसीने दत्तक विधान नामंजूर करून खालसा केली?

(i) सातारा
(ii) नागपूर
(iii) वऱ्हाड
(iv) अवध

(A) (i), (ii), (iv)
(B) (iii) व (iv)
(C) (i) व (ii)
(D) वरील सर्व

8) खालीलपैकी कुठले उठाव बंगाल इलाख्यात झाले होते?

(i) चुआरांचा उठाव
(ii) पाळेगारांचा उठाव
(iii) खोंडांचा उठाव
(iv) संथाळांचा उठाव

(A) (i), (iii), (iv)
(B) (i), (ii), (iii)
(C) (ii), (iii), (iv)
(D) (i), (iii), (iv)

9) खालीलपैकी कुठल्या ठिकाणी १८५७ मध्ये उठाव झाला नाही?

(i) ग्वाल्हेर
(ii) फैजाबाद
(iii) लाहोर
(iv) कानपूर

(A) (i)
(B) (ii)
(C) (iv)
(D) (iii)

10) खालीलपैकी कुणाचा हिंदू कॉलेजच्या स्थापनेत सहभाग होता?

(i) राजा राममोहन रॉय
(ii) राधाकान्त देव
(iii) डेव्हिड हेअर
(iv) बेथून

(A) (i), (iii)
(B) (i), (ii), (iii), (iv)
(C) (i), (ii), (iii)
(D) (i), (iii), (iv)

11) खालीलपैकी कुठल्या वृत्तपत्रांचा प्रारंभ राजा राममोहन रॉय यांनी केला होता?

(i) संवाद कौमुदी (ii) ब्राह्मण सेवाधी
(iii) जामे जहाँनुमा (iv) मिरात उल अखबार
(A) (ii), (iii), (iv) (B) (i), (ii), (iii), (iv)
(C) (i), (iii), (iv) (D) (i), (ii), (iii)

12) खालीलपैकी कुठली वृत्तपत्रे मराठी होती?
(i) प्रभाकर (ii) ज्ञानसिंधू
(iii) केरळ कोकिळ (iv) ज्ञानांत्वेषण
(A) (i), (ii), (iii) (B) (i), (iii), (iv)
(C) (ii), (iii), (iv) (D) वरील सर्व

13) खालीलपैकी कुठल्या संस्थांच्या स्थापनेमध्ये राजा राममोहन रॉय यांचा सहभाग होता?
(i) आत्मीय सभा (ii) ब्राह्मो समाज
(iii) हिंदु कॉलेज (iv) वेदान्त कॉलेज
(v) हिंदु बालिका विद्यालय
(A) (i), (ii), (iii), (iv) (B) (i), (ii), (iii)
(C) (ii), (iii), (iv), (v) (D) वरीलसर्व

14) 'न्य बेंगॉल मुव्हमेंट' या चळवळीशी खालीलपैकी किती जण संबंधित होते?
(i) हेन्री व्हिवियन डेरोझिओ (ii) कृष्णमोहन बंदोपाध्याय
(iii) रामतनू लाहिरी (iv) रसिक कृष्ण मलिक
(A) (ii), (iii), (iv) (B) (ii), (i), (iii)
(C) (i), (iii), (iv) (D) वरीलसर्व

15) १८६१ च्या हायकोर्ट ॲक्टनुसार खालीलपैकी कुठे हायकोर्टाची स्थापना करण्यात आली?
(i) मुंबई (ii) चेन्नई
(iii) कोलकाता (iv) दिल्ली
(v) अलाहाबाद
(A) (ii), (iii), (iv) (B) (i), (ii), (iii), (iv)
(C) (i), (ii), (iii), (v) (D) वरील सर्व

16) खालीलपैकी कुठले कायदे लॅन्सडाऊनच्या काळात संमत करण्यात आले?
(i) फॅक्टरी ॲक्ट (ii) कौन्सिल्स ॲक्ट
(iii) एज ऑफ कन्सेंट

(A) (i) व (ii) (B) (i) व (iii)

(C) (ii) व (iii) (D) वरील सर्व

17) १९०५ च्या बंगालच्या फाळणीनुसार पूर्व बंगाल व आसाम या नव्या प्रांतात खालीलपैकी कशाचा समावेश असणार होता?

(i) चितगाँव (ii) ढाका

(iii) माल्डा (iv) टिपेरा

(A) (i), (ii), (iii) (B) (i), (ii), (iii), (iv)

(C) (ii), (iii), (iv) (D) (i), (ii)

18) खालीलपैकी कुठल्या व्हॉइसरॉयचा बॉंबस्फोट घडवून वध करण्याचा प्रयत्न क्रांतिकारकांनी केला?

(i) लॉर्ड कर्झन (ii) लॉर्ड मिंटो

(iii) लॉर्ड हार्डिंग्ज (iv) लॉर्ड चेम्सफर्ड

(A) (ii), (iii), (iv) (B) (i), (ii), (iii)

(C) (i), (iii), (iv) (D) वरील सर्व

19) खालीलपैकी कुठल्या कंपन्या टाटा समूहाने सुरू केल्या होत्या?

(i) टिस्को (ii) एम्प्रेस मिल

(iii) इंडियन केमिकल फॅक्टरी (iv) टाटा अर्थमूव्हर्स लिमिटेड

(A) (i), (ii), (iv) (B) (i), (ii), (iii), (iv)

(C) (i) व (ii) (D) (i) व (iv)

20) खालीलपैकी कुणाचा वंग-भंग आंदोलनात समावेश होता?

(i) चिदंबरम् पिल्लाई (ii) लियाकत हुसेन

(iii) लाला हरकिशन लाल (iv) ब्रह्मबांधव उपाध्याय

(A) (i), (ii), (iii) (B) (i), (ii), (iv)

(C) (ii), (iii), (iv) (D) वरील सर्व

21) खालीलपैकी कुणाचा असहकार आंदोलनात सहभाग नव्हता?

(i) चित्तरंजन दास (ii) वासंती देवी

(iii) ॲनी बेझंट (iv) सुभाषचंद्र बोस

(v) मोहंमद अली जिना (vi) मदनमोहन मालवीय

(A) (i), (ii), (v) (B) (iii), (v), (vi)

(C) (iii), (v) (D) वरील सर्व

22) खालीलपैकी कुणी धारासना सत्याग्रहात सहभाग घेतला होता?

(i) महात्मा गांधी (ii) अब्बास तय्यबजी

(iii) मणिलाल गांधी

(A) (ii) व (iii) (B) (i) व (ii)

(C) (i) व (iii) (D) वरील सर्व

23) काँग्रेसअंतर्गत समाजवादी गटामध्ये खालीलपैकी कुणाचा समावेश नव्हता?

(i) राम मनोहर लोहिया (ii) जयप्रकाश नारायण

(iii) बी.टी. रणदिवे (iv) नरेंद्र देव

(v) पी.सी.जोशी

(A) (i) व (iii) (B) (i), (iii), (v)

(C) (iii) व (v) (D) (i) व (v)

24) १९३५ च्या कायद्यानुसार खालीलपैकी कुठल्या प्रांतात एकगृही विधिमंडळाची स्थापना करण्यात आली?

(i) मुंबई (ii) बिहार

(iii) ओरिसा (iv) मध्यप्रांत

(v) पंजाब

(A) (i), (iii), (v) (B) (ii), (iii), (v)

(C) (ii) व (iii) (D) (iii), (iv), (v)

25) १९३५ च्या कायद्याअन्वये कुठले नवे प्रांत निर्माण करण्यात आले?

(i) ओरिसा (ii) सिंध

(iii) बर्मा (iv) वऱ्हाड

(A) (i), (ii), (iii) (B) (i) व (ii)

(C) (ii) व (iii) (D) (i), (ii), (iv)

26) १९३६ च्या सार्वत्रिक निवडणुकांमध्ये कुठल्या प्रांतात कॉंग्रेसला स्पष्ट बहुमत मिळाले?

(i) बंगाल (ii) मुंबई

(iii) मध्यप्रांत (iv) पंजाब

(v) ओरिसा

(A) (ii), (iii), (v) (B) (i) व (ii)

(C) (i), (ii), (iv), (v) (D) वरील सर्व

27) हंगामी सरकारने प्रादेशिक विभागणी करण्यासाठी निर्माण केलेल्या विभाजन-समितीचे सदस्य खालीलपैकी कोण होते?

(i) लियाकत अली (ii) अब्दुल निश्तार

(iii) राजेंद्र प्रसाद (iv) जवाहरलाल नेहरू

(v) वल्लभभाई पटेल

(A) (i), (iii), (iv), (v) (B) (i), (ii), (iv), (v)

(C) (i), (ii), (iii), (v) (D) वरील सर्व

28) खालीलपैकी कुठल्या संस्थानांचे विलीनीकरण लष्करी कारवाई करून केले गेले?

(i) काश्मीर (ii) भोपाळ

(iii) हैदराबाद (iv) जुनागड

(A) (i), (iii), (iv) (B) (iii) व (iv)

(C) (i) व (ii) (D) वरील सर्व

29) पुढीलपैकी कुठल्या समित्या शिक्षणक्षेत्राशी संबंधित होत्या?

(i) हार्टोग समिती (ii) सॅडलर कमिशन

(iii) स्कॉट ॲन्ड मॉन्क्रीएव कमिटी (iv) फ्रेझर कमिटी

(v) सप्रू समिती

(A) (i), (ii), (iii) (B) (i), (ii), (iii), (iv), (v)

(C) (i), (ii), (iv) (D) (i), (ii), (v)

30) खालीलपैकी कोण प्रार्थना समाजाचे संस्थापक होते?

(i) आत्माराम पांडुरंग (ii) न्या. म.गो.रानडे

(iii) फिरोझशाह मेहता (iv) रा.गो.भांडारकर

(v) लो. टिळक

(A) (i), (ii), (iv) (B) (i), (ii), (iii), (iv)

(C) (i), (iii), (iv) (D) वरील सर्व

31) छोडो भारत आंदोलनामध्ये खालीलपैकी कुणी भूमिगत राहून कार्य केले?

(i) अरुणा असफ अली (ii) सुचेता कृपलानी

(iii) बिजू पटनाईक (iv) जयप्रकाश नारायण

(A) (i), (ii), (iv) (B) (i), (ii), (iii)

(C) (ii), (iii), (iv) (D) वरील सर्व

32) खालीलपैकी कोण हिंदुस्थान सोशॅलिस्ट रिपब्लिकन असोसिएशनशी संबंधित नव्हते?

(i) जतीन दास (ii) पुलिन दास

(iii) बटुकेश्वर दत्त (iv) सुखदेवराज

(v) अनंत सिंग

(A) (ii) व (iv) (B) (i), (iv), (v)

(C) (ii) व (v) (D) (i), (ii)

33) इंडियन रिपब्लिकन आर्मीने चितगाव येथे केलेल्या उठावात खालीलपैकी कोण सहभागी नव्हते?

(i) सूर्यसेन (ii) अनंतसिंग

(iii) प्रीतिलता वड्डेदार (iv) पुलिन दास

(A) (iii) (B) (i), (ii), (iii)

(C) (iv) (D) वरीलपैकी नाही

34) खालीलपैकी कुणाला काकोरी कटात फाशीची शिक्षा झाली नाही?

(i) भगतसिंग (ii) अशफाक उल्ला

(iii) रामप्रसाद बिस्मिल (iv) वसंतकुमार विश्वास

(A) (i), (ii) (B) (iii)

(C) (ii) (D) वरीलपैकी नाही

❐❐

उत्तरे :

| | | | | | | | | | |
|---|---|---|---|---|---|---|---|---|---|
| 1) | ñ C | 8) | ñ A | 15) | ñ C | 22) | ñ A | 29) | ñ D |
| 2) | ñ A | 9) | ñ D | 16) | ñ D | 23) | ñ C | 30) | ñ A |
| 3) | ñ A | 10) | ñ C | 17) | ñ B | 24) | ñ D | 31) | ñ D |
| 4) | ñ D | 11) | ñ B | 18) | ñ A | 25) | ñ B | 32) | ñ C |
| 5) | ñ B | 12) | ñ A | 19) | ñ C | 26) | ñ A | 33) | ñ C |
| 6) | ñ B | 13) | ñ A | 20) | ñ D | 27) | ñ C | 34) | ñ A |
| 7) | ñ C | 14) | ñ D | 21) | ñ B | 28) | ñ B | | |

# विधान व स्पष्टीकरण/कारण
## प्राचीन

खालील प्रश्नामध्ये (A) म्हणजे विधान केलेले आहे व (R) हे त्याचे स्पष्टीकरण आहे. याचे ऑप्शन्स पुढीलप्रमाणे आहेत.

(A)     A1 हा (R) बरोबर असून (R) हे (A) चे योग्य स्पष्टीकरण आहे.

(B)     (A) व (R)  बरोबर आहेत परंतु (R) हे (A) चे योग्य स्पष्टीकरण नाही.

(C)     (A) बरोबर आहे,  (R)  चूक आहे.

(D)     (A) चूक आहे,  (R)  बरोबर  आहे.

1) विधान (A)

जातिव्यवस्था हा पाया असलेल्या समाजात आर्थिक विषमता असते.

कारण (R)

अशा समाजातील विविध गटांना आपल्या विकासासाठी आवश्यक आर्थिक संसाधने समान स्तरावर उपलब्ध असतात.

(A) (B) (C) (D)

2) विधान (A)

ताम्रपाषाण युगातील वसाहती आधीच्या काळापेक्षा विस्तृत प्रदेशात सापडतात.

कारण (R)

ताम्रपाषाण युगातील वसाहतींना अशुद्ध धातूपासून शुद्ध धातू तयार करण्याची प्रक्रिया माहीत असल्याने कच्च्या मालाच्या शोधार्थ प्रवास होत गेल्याने या वसाहतींचा विस्तार वाढत गेला.

(A) (B) (C) (D)

3) विधान (A)

सिंधू संस्कृतीतील नगरे ही धार्मिकदृष्ट्या महत्त्वाची केंद्रे नसून व्यापारीदृष्ट्या महत्त्वाची केंद्रे होती.

कारण (R)

सिंधू संस्कृतीच्या ऱ्हासकालात तेथील लोकांनी स्थलांतर केल्याचे पुरावे मिळतात.

(A) (B) (C) (D)

4) विधान (A)

पुराणांमध्ये जो काळ उल्लेखण्यात आला आहे त्यापेक्षा फार पुढच्या काळाची माहिती त्यातून मिळते.

कारण (R)

नंतरच्या काळात राजसत्तेच्या दाव्याला अधिकृतता देण्यासाठी पुराणांचा वापर करण्यात आला.

(A) (B) (C) (D)

5) विधान (A)

वैदिक व वेदोत्तर कालखंडात अनेक नवे व्यवसाय (सुतारकाम, लोहारकाम इत्यादी) उदयाला आले.

कारण (R)

याच काळात वैदिक समाज पशुपालनाकडून स्थिर शेतीकडे वळला व नंतरच्या काळात शेती रूढ झाली.

(A)        (B)                    (C)          (D)

6)  विधान (A)

प्राचीन भारतीय शहरे ही मध्यवर्ती बाजाराची केंद्रे होती.

कारण (R)

प्राचीन भारतात ज्या ठिकाणी उत्पादन होत असे तेथेच खरेदी-विक्रीचे व्यवहार चालत असत.

(A)        (B)                    (C)          (D)

7)  विधान (A)

प्राचीन भारतातील गणसंघांनी ब्राह्मणप्रणीत (वैदिक) राजकीय संस्थांना थारा दिला नाही.

कारण (R)

गणसंघांमधील सत्तेचे स्वरूप राजसत्ताक पद्धतीचे नव्हते.

8)  विधान (A)

आज्ञापत्रे प्रसृत करण्यामागे अशोकाचा उद्देश आपल्या बहुभाषिक साम्राज्यावरील नियंत्रण अधिक भक्कम करण्याचा होता.

कारण (R)

अशोकाने आपल्या आज्ञापत्रांमध्ये प्राकृत भाषेचा मोठ्या प्रमाणावर उपयोग केलेला आहे.

9)  विधान (A)

मौर्यकाळात हेरगिरी हे अधिकृत व महत्त्वाचे काम होते.

कारण (R)

अशोकाच्या शिलालेखांमध्ये प्रतिवेदकांचा उल्लेख आहे.

10)  विधान (A)

प्राचीन भारताच्या संदर्भात दक्षिण भारतात राज्यांचा विकास होण्याची प्रक्रिया खूपच संथ होती.

कारण (R)

प्राचीन कालखंडात दक्षिण भारतात व्यापाराचा विस्तार फारसा नव्हता.

11) विधान (A)
व्यापारी श्रेणींनी राजकीय क्षेत्रात आपला प्रभाव वाढवण्याचा प्रयत्न केला नाही.
कारण (R)
राजसत्तेचे त्यांच्यावर कडक नियंत्रण होते.

12) विधान (A)
व्यापारी श्रेणी मोठ्या प्रमाणावर दानधर्म करत असत.
कारण (R)
भारहुत व सांची येथील वेदिकांवर अशा दानांची माहिती मिळते.

13) विधान (A)
पौराणिक धर्म हा वैदिक धर्मापासून वेगळा होता.
कारण (A)
वैदिक धर्मात मूर्तीपूजेची प्रथा नव्हती.

14) विधान (A)
धर्मशास्त्रानुसार ब्रह्मणांना व्यापारामध्ये सहभाग होण्यास मनाई नव्हती.
कारण (B)
दक्षिण भारतातील अनेक व्यापारी संघटनांमध्ये ब्राह्मणांचा उल्लेखनीय सहभाग होता.

15) विधान (A)
गुप्तकालात भारतीय व्यापारी जहाजे आफ्रिकेच्या किनाऱ्यापर्यंत जात असत.
कारण (R)
तत्कालीन वाङ्मयात कृष्ण यवनांच्या बेटांचा उल्लेख येतो.

16) विधान (A)
मंदिर या धार्मिक संस्थेचा आकार दक्षिण भारतात गुप्तोत्तर कालखंडात अवाढव्य बनला.
कारण (R)
दक्षिणेत शैव व वैष्णव पंथांचे कार्य उत्तरेपेक्षा मोठ्या प्रमाणात होते.

17) विधान (A)
दक्षिण भारतात गुप्तोत्तर कालखंडामध्ये प्रादेशिक भाषांचा उल्लेखनीय विकास झाला.
कारण (R)
शेंव व वैष्णव भक्तीपंथांनी आपल्या प्रचाराकरता प्रादेशिक भाषांचा वापर केला.

18) विधान (A)
दायभाग पद्धतीनुसार पित्याच्या मृत्यूनंतरच त्याच्या वारसांमध्ये मालमत्तेची वाटणी करणे कायदेशीर होते.
कारण (R)
दायभाग पद्धती प्रामुख्याने पूर्व भारतात अधिक मान्यता प्राप्त होती.

19) विधान (A)
नवाष्मयुगात स्थिर शेतीचा प्रारंभ झाला.
कारण (R)
कोलधिवा, महागड, तारादिह इत्यादी ठिकाणी भात व गहू यांच्या शेतीचे पुरावे मिळाले आहेत.

20) विधान (A)
इ.स.पू. २००० च्या सुमारास सिंधू संस्कृती नामशेष झाली.
कारण (R)
लोखंडी शस्त्रे असलेल्या आर्यांचा मुकाबला सिंधू संस्कृती करू शकली नाही.

21) विधान (A)
सिंधू संस्कृतीमध्ये अग्निपूजेची प्रथा होती.
कारण (R)
कालीबंगन येथे यज्ञकुंडे (Fire altars) सापडली आहेत.

22) विधान (A)
ऋग्वेदकालात विधात (विदथ) ही सर्वात महत्त्वपूर्ण संस्था असावी.
कारण (R)
ऋग्वेदात विधातचा (विदथ) उल्लेख 122 वेळा आलेला आहे.

23) विधान (A)
जैनधर्म हा वैदिक धर्माइतकाच प्राचीन होता.
कारण (R)
ऋषभदेव व अरिष्टनेमी या दोन जैन तीर्थंकरांचा उल्लेख ऋग्वेदात आहे.

24) विधान (A)
नागार्जुनाने बौद्ध तत्त्वज्ञानातील माध्यमिक संप्रदाय रूढ केला.
कारण (R)
त्याने शुन्यवाद हा सिद्धान्त मांडला.

25) विधान (A)

तिसऱ्या धर्मपरिषदेनंतर, अशोकाने आपला मुलगा महेंद्र व मुलगी संघमित्रा यांना धर्मप्रचारार्थ श्रीलंकेत पाठविले.

कारण (R)

महावंश या ग्रंथात तसा उल्लेख आहे.

26) विधान (A)

मौर्यकालात ग्रामाचा प्रमुख अधिकारी असणारा 'ग्रामिक' हा अधिकारी नियुक्त नसून निर्वाचित होता.

कारण (R)

ग्रामिकाला सरकारी तिजोरीतून वेतन मिळत असे.

27) विधान (A)

वैदिक कालखंडात मगधचा प्रदेश आर्य संस्कृतीच्या प्रभावक्षेत्रात नव्हता.

कारण (R)

मगधच्या लोकांचा उल्लेख वैदिक वाङ्मयामध्ये व्रात्य असा आला आहे.

28) विधान (A)

मौर्य कालात शूद्र वर्गाकडून जमीन सक्तीने कसून घेतली जात असे.

कारण (R)

अर्थशास्त्रात 'विष्ठीवंधक' या अधिकाऱ्याचा उल्लेख आहे.

29) विधान (A)

मौर्य कालखंडात रस्तेबांधणी मोठ्या प्रमाणात झाल्याने अंतर्गत व्यापार मोठ्या प्रमाणात वाढला.

कारण (R)

गांधार- पाटलीपुत्र अशा विस्तृत महामार्गाचा उल्लेख 'पेरिप्लस ऑफ दि एरिथ्रिअन सी' मध्ये आला आहे.

30) विधान (A)

शुंग कालखंडात गार्गी संहिता पूर्ण करण्यात आली असावी.

कारण (R)

पुष्पमित्र शुंगाच्या बंडाचा त्यात उल्लेख आहे.

31) विधान (A)

गुप्त कालखंडात विधवा पुनर्विवाहाची प्रथा अस्तित्वात होती.

कारण (R)

नारद व पराशर स्मृतींमध्ये विधवा पुनर्विवाहाला मान्यता दिलेली आहे.

32) विधान (A)

भारहुत शैलीत त्रिमिती (Three- dimnension) चा अभाव जाणवतो.

कारण (R)

भारहुतकालीन शिल्पकला लाकडी कोरीव कामातून विकसित झाली होती.

33) विधान (A)

सांची शैलीत त्रिमितीचा परिणाम उत्तम साधला आहे.

कारण (R)

सांची शैलीत छायाप्रकाशाचा समतोल दिसतो.

34) विधान (A)

संगम काळात दक्षिण भारतामध्ये जातिव्यवस्था अस्तित्वात होती.

कारण (R)

तोलकाप्पियरने आपल्या तोलकाप्पियम या ग्रंथात चार जातींचा उल्लेख केलेला आहे.

35) विधान (A)

वैदिक कालखंडात पैसे व्याजाने देणे (सावकारी) ही प्रथा अस्तित्वात होती.

कारण (R)

कौषीतकी ब्राह्मणात सावकारीचा उल्लेख आला आहे.

36) विधान (A)

बौद्ध व जैन धर्मांनी प्राण्यांप्रती अहिंसेच्या धोरणाचा पुरस्कार केला.

कारण (R)

याच काळात लोखंडाचे तंत्रज्ञान अवगत झाल्यामुळे नांगरटीच्या शेतीचे क्षेत्र वाढत होते.

37) विधान (A)

जैन धर्माचा विस्तार व्यापारी वर्गामध्ये जास्त प्रमाणात झाला.

कारण (R)

जैन धर्मात दीक्षा घेण्यासाठीची प्रक्रिया खर्चिक होती.

38) विधान (A)

गुप्तोत्तर/गुप्त कालखंडात मोठ्या प्रमाणात जमीन लागवडीखाली आणली गेली.

कारण (R)

या कालखंडात जमिनी दान देण्याच्या प्रथेत वाढ झाली.

39) विधान (A)

चोल सम्राट दुसऱ्या राजेंद्राने श्रीविजय राज्यावर स्वारी करून त्याचा पराभव केला.

कारण (R)

श्रीविजय राजाने चोलांच्या श्रीलंकेवरील वर्चस्वाला आव्हान दिले होते.

⬜⬜

उत्तरे :

| | | | | | |
|---|---|---|---|---|---|
| 1) | ñ C | 14) | ñ D | 27) | ñ A |
| 2) | ñ A | 15) | ñ A | 28) | ñ A |
| 3) | ñ A | 16) | ñ B | 29) | ñ C |
| 4) | ñ A | 17) | ñ A | 30) | ñ C |
| 5) | ñ A | 18) | ñ B | 31) | ñ A |
| 6) | ñ D | 19) | ñ A | 32) | ñ A |
| 7) | ñ A | 20) | ñ C | 33) | ñ A |
| 8) | ñ D | 21) | ñ D | 34) | ñ A |
| 9) | ñ A | 22) | ñ A | 35) | ñ C |
| 10) | ñ C | 23) | ñ A | 36) | ñ A |
| 11) | ñ C | 24) | ñ B | 37) | ñ C |
| 12) | ñ A | 25) | ñ B | 38) | ñ A |
| 13) | ñ A | 26) | ñ A | 39) | ñ C |

# विधान व स्पष्टीकरण/कारण
## मध्ययुगीन

**या प्रकारचे प्रश्नांचे पर्याय पुढील प्रमाणे आहेत.**

(A) विधान (A) व (R) दोन्ही बरोबर असून (R) हे (A) चे योग्य स्पष्टीकरण आहे.

(B) विधान (A) व कारण (R) दोन्ही बरोबर आहेत. परंतु (R) हे (A) चे योग्य स्पष्टीकरण नाही.

(C) (A) बरोबर आहे, (R) चुक आहे.

(D) (A) चुक आहे, (R) बरोबर आहे.

1) विधान (A)
युरोपियन इतिहासलेखनापेक्षा मुस्लिम इतिहासलेखन अधिक विश्वसनीय मानले जाते.
कारण (R)
मुस्लिम इतिहासलेखन विद्वान, युद्धनेते, प्रत्यक्ष साक्षीदार यांच्याकडून झालेले आहे.

2) विधान (A)
'हुमायूननामा' हा मुघल इतिहासावर प्रकाश टाकणारा एक अस्सल साधनग्रंथ मानला जातो.
कारण (R)
हा ग्रंथ लिहिणारा 'मिर्झा हैदर दुगलत' हा हुमायूनच्या सेवेत असल्याने ग्रंथातील माहिती विश्वसनीय आहे.

3) विधान (A)
बल्बनने सिजदा (मुजरा) व पायबोस (पायाचे चुंबन) या प्रथा सुरू केल्या.
कारण (R)
त्याला राजपदाचे श्रेष्ठत्व सिद्ध करावयाचे होते.

4) विधान (A)
मोहंमद तुघलकाचा तांब्याच्या चलनाचा प्रयोग यशस्वी होऊ शकला नाही.
कारण (R)
त्याने जेव्हा तांब्याचे चलन अमलात आणले तेव्हा जागतिक पातळीवर तांब्याच्या उत्पादनात घट झाली होती.

5) विधान (A)
विजयनगर शहरात वेश्याव्यवसाय मोठ्या प्रमाणात चालत होता.
कारण (R)
अब्दुर रझाकने वेश्यागृहांचा उल्लेख केलेला आहे.

6) विधान (A)
कुतुबुद्दीन ऐबकाचा मृत्यू हा नैसर्गिकरीत्या झालेला मृत्यु नव्हता.
कारण (R)
त्याला विष पाजून त्याचा खून करण्यात आला होता.

7) विधान (A)

सुलतानशाहीची लष्करी संघटना सामंतवादी होती.

कारण (R)

या लष्करी संघटनेत वेगवगेळे हुद्देदार सुलतानाला एकनिष्ठ नसून आपल्या वरिष्ठाला एकनिष्ठ असत.

8) विधान (A)

अकबराने मनसबदारांमध्ये अनेक राजपुतांचा समावेश केला.

कारण (R)

अनेक राजपूत घराण्यांशी त्याने विवाहसंबंध स्थापित केले होते.

9) विधान (A)

मनसबदारी पद्धतीत अकबराने झात व सवार हे हुद्दे निर्माण केले.

कारण (R)

मनसबदारी हुद्याने निर्देशित सैन्य व हुद्द्यादाराजवळ प्रत्यक्षात असलेले सैन्य यांतील फरक दर्शवणे हा त्या मागचा हेतू होता.

10) विधान (A)

मोगल काळात जहागीर बदलण्याची पद्धत प्रचलित होती.

कारण (R)

यामुळे जहागीरदारांच्या स्थानिक निष्ठा निर्माण होत असत.

11) विधान (A)

इस्लामी कायद्यानुसार हिंदूंना जिझिया कराची सवलत देणे अयोग्य होते.

कारण (R)

जिझियाची सवलत केवळ ग्रंथधारकांकरताच होती.

12) विधान (A)

भारतात इस्लामी कायद्याचा विकास होऊ शकला नाही.

कारण (R)

भारतात इस्लामी सत्ता स्थापन होण्यापूर्वीच सर्व इस्लामी न्यायपरंपरांमधून 'इज्तिहाद' (पुनर्स्पष्टीकरण)ची परंपरा बंद झाली होती.

13) विधान (A)

शेरशहाच्या काळात जमीनदारांच्या स्थानिक सत्तेत वाढ झाली.

कारण (A)

पेशकश व मुचालका रद्द करून शेरशहाने थेट करवसुलीची यंत्रणा निर्माण केली.

14) विधान (A)

उत्तर भारतात फारसी व बैरागी भाषेचा मिलाफ होऊन 'दखनी' भाषा निर्माण झाली.

कारण (R)

सुफींनी आपल्या मतांचा प्रचार करण्यासाठी स्थानिक भाषांचा वापर केला.

15) विधान (A)

गझालीपासून सुफी मताला प्रतिष्ठा मिळत गेली.

कारण (R)

त्याने सुफी मताचा तात्त्विक पाया निर्माण केला.

16) विधान (A)

'किताब-उल-लुमा' हा सुफी मतावरचा सर्वात प्राचीन ग्रंथ होय.

कारण (R)

यात साधकाच्या ध्येयमार्गावरचे सात मुकाम सांगितले आहेत.

17) विधान (A)

अल्लाउद्दीन खिलजीच्या काळात 'मुस्तखराज' या अधिकाऱ्यांच्या संख्येत वाढ झाली.

कारण (R)

त्याच्या काळात जमिनीची विस्तृत प्रमाणावर मोजणी करण्यात येऊन महसुलाची निश्चिती करण्यात आली.

18) विधान (A)

मोहंमद तुघलकाच्या कृषी धोरणामुळे गंगायमुना दुआबाच्या परिसरात शेतकऱ्यांचे उठाव झाले.

कारण (R)

जमीनमहसूल कागदोपत्री माहितीवर आकारण्यात येऊन कृषीमालाची किंमत ठरवताना बाजारभावापेक्षा सरकारी भाव आधारभूत मान्यण्यात आला.

19) विधान (A)

अल्लाउद्दीन खिलजीच्या काळात सावकारांचे (Money) राजकारणावरील वर्चस्व वाढले.

कारण (R)

त्यांच्यापासून जमीनमहसूल रोख स्वरूपात वसूल केला जाऊ लागला.

20) विधान (A)

मोहंमद तुघलकाच्या काळात फारसी भाषेवर प्रभुत्व असलेल्या हिंदूंच्या संख्येत वृद्धी झालेली दिसते.

कारण (R)

मोहंमद तुघलकाने अनेक हिंदूंना महसुली व प्रशासकीय सेवेत सामावून घेतले.

21) विधान (A)

मध्ययुगामध्ये भारतीय उद्योगांना उत्पादनाची नवीन तंत्रे विकसित करण्यात यश आले नाही.

कारण (R)

तत्कालीन समाजामध्ये सुशिक्षित वर्गाचे प्रमाण अत्यल्प होते.

22) विधान (A)

अल्लाउद्दीन खिलजीने दुआबाच्या प्रदेशात जमीन महसुलाचा दर 1/2 एवढा निश्चित केला.

कारण (R)

मंगोल आक्रमणांच्या धोक्यामुळे त्याला दिल्लीत मोठे लष्कर तैनात ठेवावे लागत होते.

23) विधान (A)

कुतुबुद्दिन ऐबक याला 'लाखबक्ष' असे नामाभिधान मिळाले होते.

कारण (R)

त्याच्या घोडदळात एक लाख स्वार होते.

24) विधान (A)

अल्लाउद्दीन खिलजीच्या काळात सावकारांचे सरदारावरील नियंत्रण कमी झाले.

कारण (R)

अल्लाउद्दीन खिलजीने शेतसारा रोख स्वरूपात गोळा करण्याची तरतूद केली.

25) विधान (A)

मध्ययुगात स्मृतिकारांनी ब्राह्मणांना शेती करण्याची परवानगी दिली.

कारण (R)

या काळापर्यंत ब्राह्मणांचे कृषिविषयक ज्ञान परिपूर्ण झाले होते.

26) विधान (A)

आपल्या राज्याबाहेरून येणाऱ्या मिठावर शिवाजीमहाराजांनी जबर आयातकर लादला.

कारण (R)
स्थानिक मिठाच्या व्यापाराला उत्तेजन देण्याचा त्यांचा हेतू होता.

27) विधान (A)
शिवाजीमहाराजांच्या काळात 'सादिलवार पट्टी' हा एक नियमित कर होता.
कारण (R)
अंदाजपत्रकात नमूद नसलेल्या प्रशासकीय खर्चासाठी ह्या पट्टीची वसुली केली जात असे.

28) विधान (A)
शिवाजीमहाराजांच्या प्रांतिक प्रशासनात 'सरकारकून' हा एक महत्त्वाचा अधिकारी होता.
कारण (R)
राज्याच्या प्रशासनात अंतर्भूत सर्व कारकुनांचा तो मुख्य होता.

29) विधान (A)
इ.स. ६२२ ला हिजरी कालगणनेचा प्रारंभ मानला जातो.
कारण (R)
इ.स. ६२२ मध्ये मोहंमद पैगंबराचा मक्का येथे जन्म झाला.

30) विधान (A)
विजयनगरमध्ये आठवणेय पारुपत्यागार हा महसूल खात्याचा अधिकारी होता.
कारण (R)
विजयनगरमध्ये महसूल खात्याला 'आठवणे' अशी संज्ञा होती.

31) विधान (A)
वीरशैव पंथाच्या लोकांना लिंगायत असे म्हणत.
कारण (R)
लिंगायतस्वामी याने वीरशैव पंथाची स्थापना केली.

32) विधान (A)
मुघल काळातील सुवर्णनाण्यांपैकी 'मुहर' हे सर्वाधिक किमतीचे नाणे होते.
कारण (R)
हे नाणे वापरण्याचा अधिकार केवळ सरकारी यंत्रणांनाच होता.

33) विधान (A)
औरंगजेबाच्या काळात तांब्याच्या चलनाचे अवमूल्यन झाले.
कारण (R)

औरंगजेबाच्या काळात तांब्याच्या नाण्यांच्या टांकसाळी 59 वरून 24 पर्यंत कमी झाल्या.

34) विधान (A)
रफीउद्दीन शिराझीचा 'ताजगिरात–उल–मुलुख' हा ग्रंथ अदिलशाहीचा इतिहास लिहिण्याच्या दृष्टिकोनातून महत्त्वाचा आहे.

कारण (R)
रफीउददीन अदिलशहाच्या पदरी होता.

35) विधान (A)
मुहंमद कासिम याच्या 'आलमगीरनामा' या ग्रंथात औरंगजेबाबद्दलची 1658-68 या काळातील माहिती मिळते.

कारण (R)
1668 मध्ये कासिमचा मृत्यू झाला.

❏❏

उत्तरे :

| | | | |
|---|---|---|---|
| 1) ñ A | 10) ñ C | 19) ñ D | 28) ñ C |
| 2) ñ C | 11) ñ A | 20) ñ A | 29) ñ C |
| 3) ñ A | 12) ñ A | 21) ñ B | 30) ñ A |
| 4) ñ C | 13) ñ D | 22) ñ A | 31) ñ C |
| 5) ñ A | 14) ñ A | 23) ñ C | 32) ñ C |
| 6) ñ C | 15) ñ A | 24) ñ A | 33) ñ A |
| 7) ñ A | 16) ñ B | 25) ñ C | 34) ñ C |
| 8) ñ B | 17) ñ A | 26) ñ A | 35) ñ C |
| 9) ñ A | 18) ñ A | 27) ñ B | |

# विधान व स्पष्टीकरण/कारण
## आधुनिक

पुढील प्रश्नांमध्ये विधान (A) व त्याचे स्पष्टीकरण (R) दिलेले आहे.
(A) विधान व कारण (R) बरोबर असून (R) हे (A) चे योग्य स्पष्टीकरण आहे.
(B) विधान (A) व कारण बरोबर आहे परंतु (R) हे (A) चे योग्य स्पष्टीकरण नाही.
(A) बरोबर आहे, (R) चूक आहे
(A) चूक आहे, (R) बरोबर आहे.

1)  विधान (A)
    पंधराव्या शतकात युरोपियनांना भारताकडे येण्याचे नवीन मार्ग शोधणे अत्यावश्यक झाले.
    कारण (R)
    भूमार्गे होणाऱ्या व्यापारातून होणारा फायदा अतिरिक्त उत्पादनामुळे उत्तरोत्तर घटत होता.
2)  विधान (A)
    १७६४ मध्ये ब्रिटिशांनी मीर कासिमची नवाबपदावरून उचलबांगडी केली.
    कारण (R)
    त्याने सर्व व्यापार जकातमुक्त करून टाकला.
3)  विधान (A)
    कायमधारा पद्धतीमुळे ब्रिटिश सत्तेला राजकीय व आर्थिक स्थैर्य लाभले.
    कारण (R)
    या पद्धतीमुळे वार्षिक महसुलाचा अंदाज बांधता येऊन त्या आधारावर धोरण निश्चित करणे शक्य झाले.
4)  विधान (A)
    १८५७ च्या उठावामुळे ब्रिटिश सत्ता निष्प्रभ होऊ शकली नाही.
    कारण (R)
    सुशिक्षित वर्गाचा उठावास विरोध होता.
5)  विधान (A)
    राधाकान्त देव प्रभृती नेत्यांनी सतीबंदी कायद्यास विरोध केला.

कारण (R)
भारतीय समाजात सुधारणा भारतीयांच्या प्रयत्नांनी व्हाव्यात असे त्यांचे मत होते.

6) विधान (A)
१८१३ च्या चार्टर ॲक्टनुसार ब्रिटिश कंपन्यांना भारतात व्यापार करण्याची मुभा मिळाली.
कारण (R)
या काळात ब्रिटनमध्ये आर्थिक मंदी असल्याने तेथील कंपन्यांच्या नफ्यात घट झाली होती.

7) विधान (A)
कायमधारा पद्धतीमुळे व्यापाऱ्यांचा फायदा झाला.
कारण (R)
कायमधारा पद्धतीनुसार सारा रोख स्वरूपात भरण्याची तरतूद करण्यात आली होती.

8) विधान (A)
१८९४ मध्ये भारतात आयात होणाऱ्या सर्व वस्तूंवर ५% आयातकर लावण्यात आला.
कारण (R)
या काळात रुपयाच्या किंमतीत घसरण झाली होती.

9) विधान (A) राष्ट्रवादी नेत्यांनी विद्यापीठ कायद्याला विरोध केला.
कारण (R) या कायद्यामुळे वैद्यकीय शिक्षण महाग होणार होते.

10) विधान (A)
मोर्ले-मिंटो सुधारणांमुळे बेरजेच्या राजकारणाला प्रोत्साहन मिळाले.
कारण (R)
या सुधारणांन्वये मुसलमानांसाठी राखीव जागांची तरतूद करण्यात आली होती.

11) विधान (A)
माँटफर्ड सुधारणांन्वये देशात आलेला मताधिकार व्यापक नव्हता.
कारण (R)
मताधिकार शैक्षणिक पात्रतेच्या आधारावर निश्चित करण्यात आला होता.

12) विधान (A)
१९१० नंतर मवाळांचा भारतीय राजकारणावरचा प्रभाव ओसरत गेला.

कारण (R)

१९१० नंतर मवाळ गटाला समर्थ नेतृत्व मिळाले नाही.

13) विधान (A)

१९१८ मध्ये नेमस्तांनी काँग्रेसमधून बाहेर पडून 'लिबरल पार्टी' हा पक्ष स्थापन केला.

कारण (R)

जहालांच्या वर्चस्वाखालील काँग्रेसचा भर सामाजिक सुधारणांपेक्षा राजकीय अधिकार मिळविण्यावर अधिक होता.

14) विधान (A)

ब्रिटिश सरकारने १९०७ मध्ये टाटा समूहास पोलाद कारखाना उभारण्यास संमती दिली.

कारण (R)

या काळात भारतात येऊ लागलेल्या बेल्जियन पोलादाला स्पर्धा निर्माण करणे हा यामागचा हेतू होता.

15) विधान (A)

१९२० चे नागपूर अधिवेशन भाषिक प्रांतरचनेच्या दृष्टीने महत्त्वाचे मानले जाते.

कारण (R)

या अधिवेशनात काँग्रेसची घटना भाषिक तत्त्वावर संघटित करण्यात आली.

16) विधान (A)

गांधीजींनी १९३२ च्या जातीय निवाड्याविरुद्ध आमरण उपोषण सुरू केले.

कारण (R)

या निवाड्याअन्वये मुस्लिमांसाठीच्या राखीव जागांमध्ये वाढ करण्यात आली.

17) विधान (A)

साम्यवादी पक्षाने १९४२ च्या आंदोलनात भाग घेतला नाही.

कारण (R)

गांधी–नेहरू गटाने डावे नेते सुभाषचंद्र बोस यांच्या धोरणांना विरोध केला होता.

18) विधान (A)

काँग्रेस व लीगमध्ये समझोता करण्याच्या दृष्टीने बनवण्यात आलेली राजगोपालाचारी योजना यशस्वी ठरली नाही.

कारण (R)

जिनांचा मुस्लिम जनतेला स्वयंनिर्णयाचा अधिकार देण्याचा आग्रह होता.

19) विधान (A)
हेस्टिंग्जने जकातमुक्तीचे परवाने देण्याची पद्धत बंद करून टाकली.
कारण (R)
बंगालमध्ये अनेक ठिकाणी जकात नाकी असल्याने जकातमुक्ती दिल्याने कंपनीचे नुकसान होत होते.

20) विधान (A)
बेंटिंकच्या काळात अफूचा व्यापार दीव-दमण मधून पोर्तुगिजांमार्फत चालत असे?
कारण (R)
अफूच्या जागतिक व्यापारावर पोर्तुगिजांचे एकतर्फी नियंत्रण होते.

21) विधान (A)
लॉर्ड बेंटिंकने कूर्ग संस्थान खालसा केले
कारण (R)
तेथील जनतेने स्थानिक सत्ताधीशांविरुद्ध उठाव केला होता.

22) विधान (A)
डलहौसीच्या आधी डाकसेवेचा उल्लेखनीय विस्तार झालेला नव्हता.
कारण (R)
डलहौसीच्या आधी ज्याला पत्र पाठवायचे त्याच्याकडून पोस्टेज घेण्याची पद्धत होती.

23) विधान (A)
रेग्युलेटिंग ॲक्टअन्वये गव्हर्नर जनरलचे प्रांतांवर स्थापन करण्यात आलेले वर्चस्व परिणामकारक नव्हते.
कारण (R)
गव्हर्नर जनरलच्या निर्णयाविरुद्ध प्रांतांना सर्वोच्च न्यायालयात जाण्याचा अधिकार होता.

24) विधान (A)
१८३३ च्या चार्टर ॲक्टनुसार पुढील ४० वर्षे भारताच्या राजस्वच्या १०.५% रक्कम कंपनीला देण्याचे निश्चित करण्यात आले.
कारण (R)
या निधीतून भारतात रेल्वेमार्गांचा विकास करण्याची जबाबदारी कंपनीवर टाकण्यात आली होती.

25) विधान (A)

१९०५ च्या बंगालच्या फाळणीनुसार ओरिसातील पाच संस्थाने बंगालमध्ये अंतर्भूत करण्यात आली.

कारण (R)

पूर्व बंगाल व आसाममध्ये खनिजसंपन्न भाग गेल्याने बंगालच्या औद्योगिक विश्वावर त्याचा प्रतिकूल परिणाम होऊ नये हा त्या मागचा उद्देश होता.

26) विधान (A)

१८३१ मध्ये बंगालमधील लोकांनी उठाव केला.

कारण (R)

या भागातील महसुलाचा दर वाढवून वसुलीचे काम परप्रांतीयांना देण्यात आले.

27) विधान (A)

१८०५ साली त्रावणकोरचे राज्य बरखास्त करण्यात आले.

कारण (R)

तेथील दिवाण वेलु थम्पीने लष्करी उठाव केला होता.

28) विधान (A)

१८४४ मध्ये सुरत येथे जनतेने निःशस्त्र उठाव केला.

कारण (R)

ब्रिटिशांनी नवीन वजनमापे अंमलात आणण्याचे ठरवले.

29) विधान (A)

पहिल्या अफगाण युद्धात ब्रिटिशांची उद्दिष्टे सफल होऊ शकली नाहीत.

कारण (R)

१८३९ मध्ये रणजितसिंह मरण पावल्याने कराराप्रमाणे शिखांची मदत मिळू शकली नाही.

30) विधान (A)

ब्रिटिशांनी भारतात सत्ता प्रस्थापित केल्यावर भारतात आधुनिक विचारांचा प्रसार झाला.

कारण (R)

ब्रिटिशांच्या नव्या प्रशासकीय धोरणामुळे भारतातील धर्मवाद्यांचा गट निष्प्रभ झाला.

31) विधान (A)
ब्रिटिशपूर्व काळातील शिक्षणपद्धतीत काळानुसार बदल होऊ शकले नाहीत.
कारण (R)
भारतात अनेक राज्ये असल्याने धोरणात्मक समन्वयाचा अभाव होता.

32) विधान (A)
आधुनिक शिक्षणसंस्थांचे कार्य शहरी भागापुरतेच मर्यादित राहिले.
कारण (R)
१८५७ च्या उठावानंतर मिशनरी वर्ग भारतात येण्यास नाखूष होता.

33) विधान (A)
१८१३ व १८३३ च्या चार्टर ॲक्टअन्वये कंपनीची भारतासंदर्भात व्यापाराची मक्तेदारी नष्ट करण्यात आली.
कारण (R)
ब्रिटनमधील उद्योजक वर्गाला भारतातील बाजारपेठ त्यांच्या उत्पादनांकरता मुक्त हवी होती.

34) विधान (A)
ब्रिटिशांच्या नव्या महसुलव्यवस्थांमुळे भारतात पारंपरिक जमीनदार वर्गाचा ऱ्हास होऊन त्यांच्या जागी भांडवलदारांचे वर्चस्व स्थापित झाले.
कारण (R)
ब्रिटिशांनी शेतसारा रोख स्वरूपात भरण्याची सक्ती केली.

❑❑

उत्तरे :

| | | | | | | | | | |
|---|---|---|---|---|---|---|---|---|---|
| 1) | ñ C | 8) | ñ A | 15) | ñ A | 22) | ñ A | 29) | ñ C |
| 2) | ñ A | 9) | ñ C | 16) | ñ B | 23) | ñ C | 30) | ñ C |
| 3) | ñ B | 10) | ñ A | 17) | ñ C | 24) | ñ C | 31) | ñ B |
| 4) | ñ B | 11) | ñ C | 18) | ñ A | 25) | ñ C | 32) | ñ C |
| 5) | ñ A | 12) | ñ C | 19) | ñ B | 26) | ñ A | 33) | ñ A |
| 6) | ñ C | 13) | ñ C | 20) | ñ C | 27) | ñ D | 34) | ñ A |
| 7) | ñ A | 14) | ñ A | 21) | ñ C | 28) | ñ D | | |

# पुढील विधानांचा विचार करा
## प्राचीन

1) पुढील विधानांचा विचार करा.
   (i) ऋग्वेद, यजुर्वेद, सामवेद व अथर्ववेद यांचा समावेश वेदांमध्ये होतो.
   (ii) कौटिल्याने उपरोक्त चार वेदांसमवेत 'इतिहास' हा देखील स्वतंत्र वेद मानला आहे.
   वरीलपैकी किती विधाने बरोबर आहेत?
   (A) (i)                          (B) (ii)
   (C) (i) व (ii)                   (D) वरीलपैकी एकही नाही

2) पुढील विधानांचा विचार करा.
   (i) उद्गाता पुरोहितांचे काम ऋग्वेदात निर्देशित यज्ञकर्मादी कामे करणे हे होते.
   (ii) होता पुरोहितांचे काम सामवेदात निर्देशित यज्ञकर्मादी कामे करणे हे होते.
   वरीलपैकी किती विधाने बरोबर आहेत?
   (A) (i)                          (B) (ii)
   (C) (i) व (ii)                   (D) वरीलपैकी एकही नाही

3) पुढील विधानांचा विचार करा.
   (i) न्यायदर्शनाचा कर्ता गौतम आहे.
   (ii) मीमांसादर्शनाचा कर्ता बादरायण आहे.
   (iii) उत्तर मीमांसादर्शनाचा कर्ता जैमिनी आहे.
   वरीलपैकी किती विधाने बरोबर आहेत?
   (A) (i), (ii), (iii)             (B) (i), (ii)
   (C) (i)                          (D) (ii) व (iii)

4) पुढीलपैकी विधानांचा विचार करा.
   (i) श्रौतसूत्रांमध्ये पुरोहितांनी करावयाच्या यज्ञकर्मादी क्रियांची माहिती आहे.
   (ii) गृह्यसूत्रांमध्ये घरगुती स्तरावर करावयाच्या यज्ञकर्मादी क्रियांची माहिती आहे.
   वरीलपैकी किती विधाने बरोबर आहेत?
   (A) (i)                          (B) (ii)
   (C) (i) व (ii)                   (D) वरीलपैकी एकही नाही

5) खालीलपैकी विधानांचा विचार करा.

(i) कोसल महाजनपदाची राजधानी अयोध्या होती.

(ii) वत्स महाजनपदाची राजधानी श्रावस्ती होती.

(iii) विदेह महाजनपदाची राजधानी कौशांबी होती.

वरीलपैकी किती विधाने बरोबर आहेत?

(A) (i), (ii), (iii) (B) वरीलपैकी एकही नाही

(C) (i) व (ii) (D) (ii) व (iii)

6) खालील विधानांचा विचार करा.

(i) अनाथपिंडक या श्रावस्तीच्या व्यापाऱ्याने जेतवन हा जमिनीचा तुकडा बौद्धसंघाला दान दिला होता.

(ii) या जेतवनदानाचे शिल्प मथुरा शैलीत आहे.

वरीलपैकी किती विधाने बरोबर आहेत?

(A) (i) (B) (ii)

(C) (i) व (ii) (D) वरीलपैकी एकही नाही

7) पुढील विधानांचा विचार करा.

(i) मौर्य कालात खेड्याच्या प्रमुखाला ग्रामिक असे म्हणत असत.

(ii) ग्रामिकाला सरकारी तिजोरीतून रोख वेतन मिळत असे.

वरीलपैकी किती विधाने बरोबर आहेत?

(A) (i) (B) (ii)

(C) (i) व (ii) (D) वरीलपैकी एकही नाही

8) पुढील विधानांचा विचार करा.

(i) मौर्य सैन्य पायदळ, घोडदळ, हत्तीदळ व रथदळ अशा चार प्रकारच्या दलांनी मिळून बनत असे.

(ii) कौटिलीय अर्थशास्त्रात केवळ पायदळ, घोडदळ व हत्तीदळाचाच उल्लेख आहे.

वरीलपैकी किती विधाने बरोबर आहेत?

(A) (i) (B) (ii)

(C) (i) व (ii) (D) वरीलपैकी एकही नाही

9) पुढील विधानांचा विचार करा.
   (i) मौर्य प्रशासनात 'वज्रभूमिक' या अधिकाऱ्याचे काम चराऊ जमिनीचे सर्वेक्षण करणे हे होते.
   (ii) मौर्य प्रशासनात 'पटवाध्यक्ष' या अधिकाऱ्याचे काम वजने व मापे यावर देखरेख ठेवण्याचे होते.
   वरीलपैकी किती विधाने बरोबर आहेत?
   (A) (i)                          (B) (ii)
   (C) (i) व (ii)                   (D) वरीलपैकी एकही नाही

10) मौर्यकालासंदर्भात पुढील विधानांचा विचार करा.
   (i) हिरण्य हा धार्मिक कर होता.
   (ii) बाली हा सिंचनकर होता.
   (iii) पुराण हे चांदीचे नाणे होते.
   वरीलपैकी किती विधाने बरोबर आहेत?
   (A) वरील सर्व                     (B) वरीलपैकी एकही नाही
   (C) (i) व (ii)                    (D) (iii)

11) सांचीच्या स्तूपासंदर्भात पुढील विधानांचा विचार करा.
   (i) शुंग काळात सांचीच्या स्तूपाभोवती चार कोरीव प्रवेशद्वारे बांधण्यात आली.
   (ii) आंध्र काळात सांचीच्या स्तूपाच्या वेदिकांचे काम पूर्ण करण्यात आले.
   वरीलपैकी किती विधाने बरोबर आहेत?
   (A) (i)                          (B) (ii)
   (C) (i) व (ii)                   (D) वरीलपैकी एकही नाही

12) पुढील विधानांचा विचार करा.
   (i) इंद्राग्निदत्ताने नाशिक येथे एक गुहालेणे खोदवले.
   (ii) धेनुकाकटाने कार्ला येथे एक मंदिर बांधले.
   वरीलपैकी किती विधाने बरोबर आहेत?
   (A) (i)                          (B) (ii)
   (C) (i) व (ii)                   (D) वरीलपैकी एकही नाही

13) पुढील विधानांचा विचार करा.
   (i) लकुलीश हा पाशुपत पंथाचा संस्थापक होता.
   (ii) त्याने पंचाध्यायी नावाचा ग्रंथ लिहिला.
   वरीलपैकी किती विधाने बरोबर आहेत?
   (A) (i)                                    (B) (ii)
   (C) (i) व (ii)                             (D) वरीलपैकी एकही नाही

14) पुढील विधानांचा विचार करा.
   (i) तिसऱ्या बौद्ध धर्मपरिषदेत बौद्ध धर्म हीनयान व महायान अशा दोन पंथांमध्ये विभागला गेला.
   (ii) महायान पंथाने मूर्तिपूजेचा पुरस्कार केला.
   वरीलपैकी किती विधाने बरोबर आहेत?
   (A) (i)                                    (B) (ii)
   (C) (i) (ii)                               (D) वरील पैकी एकही नाही

15) पुढील विधानांचा विचार करा.
   (i) कार्ल्याचे विशाल चैत्यगृह वैजयंती या व्यापाऱ्याने दिलेल्या देणगीतून बांधले गेले.
   (ii) कुशाणांनी 'अक्षयंती' ही जमीन महसूल व्यवस्था सुरू केली.
   वरीलपैकी किती विधाने बरोबर आहेत?
   (A) (i)                                    (B) (ii)
   (C) (i) व (ii)                             (D) वरीलपैकी एकही नाही

16) बृहत्कथा या ग्रंथासंदर्भात पुढील विधानांचा विचार करा.
   (i) हा ग्रंथ गुणाढ्य याने लिहिला.
   (ii) ग्रंथाची भाषा प्राकृत आहे.
   वरीलपैकी किती विधाने बरोबर आहेत?
   (A) (i)                                    (B) (ii)
   (C) (i) व (ii)                             (D) वरीलपैकी एकही नाही

17) पुढील विधानांचा विचार करा.
   (i) अलाहाबाद स्तंभालेखात समुद्रगुप्ताच्या दक्षिणदिग्विजयाची माहिती आहे.
   (ii) भिटारी स्तंभालेखात पुष्यमित्रांबरोबरच्या लढाईचा उल्लेख आहे.
   (iii) वरील दोन्ही स्तंभालेखांचा कर्ता हरिषेण होता.

वरीलपैकी किती विधाने बरोबर आहेत?

(A) (i) व (ii)　　　　　　　(B) (i) व (iii)

(C) (i) व (ii), (iii)　　　　　(D) केवळ (i)

18) मौर्य प्रशासनासंदर्भात पुढील विधानांचा विचार करा.

(i) दंडपाशादधर्णिक या अधिकाऱ्याचे काम कायदा व सुव्यवस्था राखणे हे होते.

(ii) विनयस्थितिस्थापक हा पोलिस दलाचा प्रमुख होता.

वरीलपैकी किती विधाने बरोबर आहेत?

(A) (i)　　(B) (ii)　　(C) (i) व (ii)　　(D) वरीलपैकी एकही नाही

19) खालील विधानांचा विचार करा.

(i) मृच्छकटिक या नाटकाचा कर्ता शूद्रक आहे.

(ii) 'सांख्यकरिका' या ग्रंथाचा कर्ता ईश्वरकृष्ण हा आहे.

वरीलपैकी किती विधाने बरोबर आहेत?

(A) (i)　　　　　　　　　　(B) (ii)

(C) (i) व (ii)　　　　　　　(D) वरीलपैकी एकही नाही

20) खालील विधानांचा विचार करा.

(i) गुप्तकालात महाअक्षपटलिक हा अधिकारी दफ्तरखान्याचा प्रमुख होता.

(ii) गुप्तकालात अवस्थिक हा अधिकारी धर्मशाळांवर देखरेख ठेवत असे.

वरीलपैकी किती विधाने बरोबर आहेत?

(A) (i)　　　　　　　　　　(B) (i) व (ii)

(C) (ii)　　　　　　　　　　(D) वरीलपैकी एकही नाही

21) गुप्तकालासंदर्भात पुढील विधानांचा विचार करा.

(i) इंदोर ताम्रपटात तैलिक श्रेणी व तिचा अध्यक्ष जीवन्त यांचा उल्लेख आहे.

(ii) मंदसौर शिलालेखात कार्तिकेयाच्या उपासनेची माहिती मिळते.

(iii) भिलसा शिलालेखात लाट विषयाचा उल्लेख आहे.

वरील विधानापैकी किती विधाने बरोबर आहेत?

(A) (i) फक्त　　(B) (ii) व (iii)　　(C) वरील सर्व　　(D) (i), (ii)

22) जैनपरिषदांसंदर्भात पुढील विधानांचा विचार करा.

(i) वल्लभी परिषदेचा अध्यक्ष स्थंडिल होता.

(ii) मथुरा परिषदेचा अध्यक्ष नागार्जुन होता.

वरीलपैकी किती विधाने बरोबर आहेत?

(A) (i) (B) (ii)

(C) (i) व (ii) (D) वरीलपैकी एकही नाही

23) खालील विधानांचा विचार करा.

(i) महायान पंथाच्या माध्यमिक शाखेचा संस्थापक नागार्जुन हा होता.

(ii) महायान पंथाच्या योगाचार शाखेचा संस्थापक मैगेत्रेयनाथ होता.

वरीलपैकी किती विधाने बरोबर आहेत?

(A) (i) (B) (ii)

(C) (i) व (ii) (D) वरीलपैकी एकही नाही

24) काश्मीरच्या कर्कोटच्या घराण्याच्या संदर्भात पुढील विधानांचा विचार केला.

(i) ललितादित्याने कनौजच्या यशोवर्माचा पराभव केला होता.

(ii) कल्हण कवी अवंतिवर्मनच्या पदरी होता.

वरीलपैकी किती विधाने बरोबर आहेत?

(A) (i) (B) (ii)

(C) (i) व (ii) (D) वरीलपैकी एकही नाही

25) नालंदा विद्यापीठाच्या संदर्भात पुढील विधानांचा विचार करा.

(i) नालंदा विद्यापीठातील ८ महाविद्यालयांपैकी १ महाविद्यालय बलपुत्रदेव याने दिलेल्या देणगीतून बांधण्यात आले होते.

(ii) बलपुत्रदेव हा सिलोनचा (श्रीलंका) सम्राट होता.

वरीलपैकी किती विधाने बरोबर आहेत?

(A) (i) (B) (ii) (C) (i) व (ii) (D) वरीलपैकी एकही नाही

26) पुढील विधानांचा विचार करा.

(i) इनामगाव येथे उत्खननात कुंभाराची भट्टी सापडली आहे.

(ii) बर्झहॉम येथे कुत्र्याला आपल्या मालकाबरोबर दफन केल्याचा पुरावा मिळाला आहे.

वरीलपैकी किती विधाने बरोबर आहेत?

(A) (i) (B) (ii)

(C) (i) व (ii) (D) वरीलपैकी एकही नाही

27) पुढील विधानांचा विचार करा.

(i) सप्तांगसिद्धान्त कौटिल्याने अर्थशास्त्रामध्ये मांडलेला आहे.

(ii) स्वामी, अमात्य, जनपद, दुर्ग, कोश, दंड व मित्र अशा सात प्रकृतींचा उल्लेख या सिद्धान्तात केलेला आहे.

वरीलपैकी किती विधाने बरोबर आहेत?

(A) (i)　　　　　　　　　　(B) (ii)

(C) (i) व (ii)　　　　　　　(D) वरीलपैकी एकही नाही

28) पुढील विधानांचा विचार करा.

(i) सिंधू संस्कृतीची पश्चिम सीमा आलमगीरपूर होती.

(ii) सिंधू संस्कृतीची पूर्व सीमा सुक्ता गेंदोर ही होती.

वरीलपैकी किती विधाने बरोबर आहेत?

(A) (i)　　　　　　　　　　(B) (ii)

(C) (i) व (ii)　　　　　　　(D) वरीलपैकी एकही नाही

29) खालील विधानांचा विचार करा.

(i) लोकमान्य टिळकांनी ऋग्वेदाचा निर्मितिकाल इ. स. पू. ६०० असा निश्चित केला.

(ii) त्यांच्या मते आर्यांचे मूळ वसतिस्थान उत्तर ध्रुव होते.

(iii) आपली मते त्यांनी ऋग्वेदातील इंद्रविषयक सूक्तांचा अभ्यास करून निश्चित केली होती.

वरीलपैकी किती विधाने बरोबर आहेत?

(A) (i) व (ii)　　　　　　　(B) (ii) व (iii)

(C) (i) (ii) व (iii)　　　　　(D) (i) व (iii)

30) पुढील विधानांचा विचार करा.

(i) दाशराज्ञ युद्धामध्ये भारत टोळीचा विजय झाला.

(ii) भारत टोळीचा राजगुरू विश्वामित्र होता.

(iii) हे युद्ध 'असिक्नी' नदीच्या तीरावर झाले.

(iv) युद्धानंतर भारत व पुरू या टोळ्या एकत्र येऊन 'कुरू' ही नवी टोळी तयार झाली.

वरीलपैकी किती विधाने बरोबर आहेत?

(A) (i), (ii), (iii), (iv)　　　(B) (i), (ii), (iii)

(C) (i) (iii), (iv)　　　　　(D) (i), (iv)

31) पुढील विधानांचा विचार करा.

(i) अथर्ववेद अथर्वन् व अंगिरस यांनी रचला.

(ii) अथर्वन् मंत्र जादूटोणा, मंत्रविद्या इत्यादींशी संबंधित आहेत.
वरीलपैकी किती विधाने बरोबर आहेत?

(A) (i)                          (B) (ii)

(C) (i) व (ii)                    (D) वरीलपैकी एकही नाही

32) पुढील विधानांचा विचार करा.
(i) गोपथ ब्राह्मण यजुर्वेदाला संलग्न आहे.
(ii) शतपथ ब्राह्मण अथर्ववेदाला संलग्न आहे.
वरीलपैकी किती विधाने बरोबर आहेत?

(A) (i)                          (B) (ii)

(C) (i) व (ii)                    (D) वरीलपैकी एकही नाही

33) जैन तत्त्वज्ञानाच्या संदर्भात पुढील विधानांचा विचार करा.
(i) सुखाकडून दुःखाकडे जाणाऱ्या कालचक्रास 'उत्सर्पिणीकाल' असे म्हणतात.
(ii) दुःखाकडून सुखाकडे जाणाऱ्या कालचक्रास 'अवसर्पिणीकाल' असे म्हणतात.
वरीलपैकी किती विधाने बरोबर आहेत?

(A) (i)                          (B) (ii)

(C) (i) व (ii)                    (D) वरीलपैकी एकही नाही

34) बौद्ध धर्मग्रंथांच्या संदर्भात पुढील विधानांचा विचार करा.
(i) संघव्यवस्था, भिक्षुसंघाचे नियम यांचा अंतर्भाव सुत्तपिटकात आहे.
(ii) बुद्धांची धार्मिक शिकवण विनयपिटकात अंतर्भूत आहे.
वरीलपैकी किती विधाने बरोबर आहेत?

(A) (i)                          (B) (ii)

(C) (i) व (ii)                    (D) वरीलपैकी एकही नाही

35) मौर्य प्रशासनासंदर्भात पुढील विधानांचा विचार करा.
(i) रज्जुक हा विषय (जिल्हा) स्तरावरील अधिकारी होता.
(ii) गोप हा जनपद (तालुका) स्तरावरील अधिकारी होता.
वरील विधानांपैकी किती विधाने बरोबर आहेत?

(A) (i)                          (B) (ii)

(C) (i) व (ii)                    (D) वरीलपैकी एकही नाही

36) ग्रीक राजा मिनँडरच्या संदर्भात पुढील विधानांचा विचार करा.

(i) मिनँडरच्या युथिडेमसचा सेनापती होता.

(ii) त्याची राजधानी 'साकल' होती.

(iii) बौद्ध भिक्षू नागसेनाने त्याला बौद्ध धर्माची दीक्षा दिली.

वरीलपैकी किती विधाने बरोबर आहेत?

(A) (ii) व (iii) (B) (i) व (iii)

(C) (i) (ii) (iii) (D) फक्त (iii)

37) पुढील विधानांचा विचार करा.

(i) नहपान हा शक राजा इ.स. १२० च्या सुमारास पश्चिम भारतात काठेवाडच्या भागामध्ये राज्य करत होता.

(ii) नहपान हा शकांच्या 'क्षहरात' शाखेचा होता.

वरीलपैकी किती विधाने बरोबर आहेत?

(A) (i) (B) (ii)

(C) (i) व (ii) (D) वरीलपैकी एकही नाही

38) समुद्रगुप्ताच्या अलाहाबाद प्रशस्तीच्या संदर्भात पुढील विधानांचा विचार करा.

(i) प्रशस्तीप्रमाणे नीलराज हा एरंडपल्लचा राजा होता.

(ii) प्रशस्तीप्रमाणे महेंद्रगिरी हा कोस्थळपूरचा राजा होता.

वरीलपैकी किती विधाने बरोबर आहेत?

(A) (i) (B) (ii)

(C) (i) व (ii) (D) वरीलपैकी एकही नाही

39) वाकाटकांच्या संदर्भात पुढील विधानांचा विचार करा.

(i) पहिल्या प्रवरसेनाने 'सेतुबंध' हे काव्य लिहिले.

(ii) दुसरा प्रवरसेन हा गुप्त सम्राट दुसऱ्या चंद्रगुप्ताचा नातू होता.

वरीलपैकी किती विधाने बरोबर आहेत?

(A) (i) (B) (ii) (C) (i) व (ii) (D) वरीलपैकी एकही नाही

40) पुढील विधानांचा विचार करा.

(i) भवभूती हा नाटककार यशोधर्मनच्या पदरी होता.

(ii) काश्मीरचा ललितादित्य हा कर्कोटक घराण्याचा होता.

वरीलपैकी किती विधाने बरोबर आहेत?

(A) (i) (B) (ii)

(C) (i) व (ii) (D) वरीलपैकी एकही नाही

41) पुढील विधानांचा विचार करा.
   (i) राजशेखर कवी पाल राजा महेंद्रपालाच्या पदरी होता.
   (ii) त्याने 'कर्पूरमंजिरी' हा काव्यसंग्रह लिहिला.
   वरीलपैकी किती विधाने बरोबर आहेत?
   (A) (i)                           (B) (ii)
   (C) (i) व (ii)                    (D) वरीलपैकी एकही नाही

42) पुढील विधानांचा विचार करा.
   (i) पहिल्या नरसिंहवर्मन पल्लवाने वातापीकोंड अशी पदवी घेतली होती.
   (ii) त्याने वातापी येथे एक शंकराचे मंदिर बांधले.
   वरीलपैकी किती विधाने बरोबर आहेत?
   (A) (i)                           (B) (ii)
   (C) (i) व (ii)                    (D) वरीलपैकी एकही नाही

43) पुढील विधानांचा विचार करा.
   (i) राष्ट्रकूट सम्राट अमोघवर्ष हा 'कविराजमार्ग' या ग्रंथाचा लेखक होता.
   (ii) या ग्रंथाची भाषा तेलुगु आहे.
   वरीलपैकी किती विधाने बरोबर आहेत?
   (A) (i)                           (B) (ii)
   (C) (i) व (ii)                    (D) वरीलपैकी एकही नाही

44) पुढील विधानांचा विचार करा.
   (i) शंकराचार्यांनी अद्वैत मताचा पुरस्कार केला.
   (ii) द्वारका, पुरी, बद्रीकेदार व कांची येथे त्यांनी मठ स्थापन केले.
   वरीलपैकी किती विधाने बरोबर आहेत?
   (A) (i)                           (B) (ii)
   (C) (i) व (ii)                    (D) वरीलपैकी एकही नाही

45) चोलांच्या स्थानिक प्रशासनासंदर्भात पुढील विधानांचा विचार करा.
   (i) चोल मध्यवर्ती शासन स्थानिक प्रशासनात अवास्तव हस्तक्षेप करत नसत.
   (ii) 'सभा' ही स्थानिक पंचायत अग्रहार खेड्यात असे.
   वरीलपैकी किती विधाने बरोबर आहेत?
   (A) (i)                           (B) (ii)
   (C) (i) व (ii)                    (D) वरीलपैकी एकही नाही

46) गुप्त सम्राट दुसऱ्या चंद्रगुप्ताच्या संदर्भात पुढील विधानांचा विचार करा.
(i) शंकू हा व्याकरणकार होता.
(ii) क्षणपक हा शिल्पकार होता.
(iii) वरुची हा व्याकरणकार होता.
वरीलपैकी किती विधाने बरोबर आहेत?
(A) (i), (ii), (iii)  (B) (i) व (ii)
(C) (iii)  (D) (ii) व (iii)

❑❑

उत्तरे :

| | | | | | | | | |
|---|---|---|---|---|---|---|---|---|---|
| 1) | ñ C | 11) | ñ D | 21) | ñ A | 31) | ñ A | 41) | ñ B |
| 2) | ñ D | 12) | ñ C | 22) | ñ D | 32) | ñ D | 42) | ñ A |
| 3) | ñ C | 13) | ñ C | 23) | ñ C | 33) | ñ D | 43) | ñ A |
| 4) | ñ C | 14) | ñ B | 24) | ñ A | 34) | ñ D | 44) | ñ A |
| 5) | ñ B | 15) | ñ C | 25) | ñ A | 35) | ñ C | 45) | ñ C |
| 6) | ñ A | 16) | ñ A | 26) | ñ C | 36) | ñ A | 46) | ñ C |
| 7) | ñ A | 17) | ñ A | 27) | ñ C | 37) | ñ C | | |
| 8) | ñ C | 18) | ñ D | 28) | ñ D | 38) | ñ D | | |
| 9) | ñ C | 19) | ñ C | 29) | ñ A | 39) | ñ B | | |
| 10) | ñ D | 20) | ñ B | 30) | ñ D | 40) | ñ B | | |

# पुढील विधानांचा विचार करा
## मध्ययुगीन

1) खालील विधानांचा विचार करा
   (i) बिलादुनी याने कुतुघु उल-मुलतान नावाचा ग्रंथ लिहिला.
   (ii) मोहम्मद अली बिन हमीर याने तबाकत-इ-नसीरी हा ग्रंथ लिहिला.
   (A) (i)            (B) (ii)
   (C) (i) व (ii)      (D) वरील पैकी एकही नाही

2) खालील विधानांचा विचार करा
   (i) तारीख-इ-यमनी हा ग्रंथ अमीर खुसरोने लिहिला.
   (ii) हा ग्रंथ गझनीच्या मुहमदाच्या गौरवार्थ लिहिलेला आहे.
   (A) (i)            (B) (ii)
   (C) (i) व (ii)      (D) वरील पैकी एकही नाही

3) खालील विधानांचा विचार करा
   (i) फुतुलु-उस-सलातिन हा ग्रंथ इसामी याने लिहिला.
   (ii) यात गझनीचे आक्रमण ते १३९९ या काळातील इतिहास ११००० कडव्यांमध्ये नमूद केला आहे.
   (A) (i)            (B) (ii)
   (C) (i) व (ii)      (D) वरील पैकी एकही नाही

4) खालील विधानांचा विचार करा
   (i) तैमुरलंगने तझुक-इ-तैमरी या नावाने आत्मचरित्र लिहिले.
   (ii) हे आत्मचरित्र अरबी भाषेत आहे.
   वरीलपैकी किती विधाने बरोबर आहेत.
   (A) (i)            (B) (ii)
   (C) (i) व (ii)      (D) वरील पैकी एकही नाही

5) खालील विधानांचा विचार करा.
   (i) गुलाम हुसेन सलीम याने 'रियाझ-उस-सलातिन' हा ग्रंथ लिहिला.
   (ii) यात बंगालविषयी माहिती आहे.
   वरीलपैकी किती विधाने बरोबर आहेत?
   (A) (i)            (B) (ii)
   (C) (i) व (ii)      (D) वरील पैकी एकही नाही

6) खालील विधानांचा विचार करा.
   (i) 'तारीख-इ-रशिदी' हा ग्रंथ मिर्झा हैदर दुगलत याने लिहिला.
   (ii) या ग्रंथातून शाहजहान विषयी माहिती मिळते.
   वरीलपैकी किती विधाने बरोबर आहेत?
   (A) (i)                     (B) (ii)
   (C) (i) व (ii)              (D) वरील पैकी एकही नाही

7) खालील विधानांचा विचार करा.
   (i) 'मुंतखाब-उल-तवारीख' हा ग्रंथ खाफीखानाने लिहिला.
   (ii) 'मुंतखाब-उल-लुबाब' हा ग्रंथ बदौनीने लिहिला.
   वरील पैकी किती विधाने बरोबर आहेत?
   (A) (i)                     (B) (i)
   (C) (i) व (ii)              (D) वरील पैकी एकही नाही

8) 'बादशाहनामा' या ग्रंथाच्या संदर्भात पुढील विधानांचा विचार करा.
   (i) हा ग्रंथ शाहजहानवर आहे.
   (ii) प्रथम ह्या ग्रंथाचे काम मिर्झा अमीन तसबिनीकडे होते.
   (iii) नंतर ह्या ग्रंथाचे काम अब्दुल हमीद लाहिरीकडे सोपवण्यात आले.
   वरीलपैकी किती विधाने बरोबर आहेत?
   (A) (i)                     (B) (i) व (ii)
   (C) (ii) व (iii)            (D) वरील सर्व

9) मोहंमद घोरीच्या संदर्भात पुढील विधानांचा विचार करा.
   (i) अनहिलवाड्याला घोरीचा वाघेला राजा भीम दुसऱ्याकडून पराभव झाला.
   (ii) तराईच्या दुसऱ्या युद्धात त्याचा पृथ्वीराज चौहानाकडून पराभव झाला.
   (A) (i)                     (B) (ii)
   (C) (i) व (ii)              (D) वरील पैकी नाही.

10) अल्तमशच्या संदर्भात पुढील विधानांचा विचार करा.
    (i) त्याने तांब्याचे जितल हे नाणे सुरू केले.
    (ii) त्याने 'जिली इलाह' असा किताब घेतला.
    (A) (i)    (B) (ii)    (C) (i) व (iii)    (D) वरीलपैकी नाही.

11) अल्लाउद्दीन खिलजीच्या संदर्भात पुढील विधानांचा विचार करा.
    (i) त्याने दाग व हुलियाची पद्धत सुरू केली.
    (ii) दिवान-इ-कोही हे कृषीखाते त्याने सुरू केले.

(iii) 'सराई–अदिल' हा सरकारी बाजार त्याने सुरू केले.

वरीलपैकी किती विधाने बरोबर आहेत?

(A) (i), (ii), (iii)      (B) (i) व (ii)

(C) (ii) व (iii)      (D) (i) व (iii)

12) मोहंमद तुघलकाच्या संदर्भात पुढील विधानांचा विचार करा.

(i) त्याचे न्यायालय 'मजलिस' म्हणून ओळखले जात असे.

(ii) त्याच्या दरबारात इजिप्तच्या खलिफाचा दूत आला होता.

वरीलपैकी किती विधाने बरोबर आहेत?

(A) (i)      (B) (ii)

(C) (i) व (ii)      (D) वरीलपैकी नाही.

13) फिरोझशाह तुघलकाच्या संदर्भात पुढील विधानांचा विचार करा.

(i) त्याने लष्करी सेवेत वंशपरंपरेच्या तत्त्वाला मान्यता दिली.

(ii) त्याचे 'बिख' हे नाणे जितलच्या १/४ मूल्याएवढे होते.

वरीलपैकी किती विधाने बरोबर आहेत?

(A) (i)      (B) (ii)

(C) (i) व (ii)      (D) वरीलपैकी नाही.

14) फिरोझशाह तुघलकाच्या संदर्भात पुढील विधानांचा विचार करा.

(i) त्याने 'दार–उल–सिफा' हे सार्वजनिक रुग्णालय सुरू केले.

(ii) गरीब मुलींचे विवाह करण्यासाठी त्याने 'दिवान–इ–इश्तिकाक' हा विभाग सुरू केला.

वरीलपैकी किती विधाने बरोबर आहेत?

(A) (i)      (B)      (ii)

(C) (i) व (ii)      (D) वरीलपैकी एकही नाही.

15) पुढील विधानांचा विचार करा.

(i) सिकंदर लोदीने आग्रा शहराची उभारणी केली.

(ii) अहमदशाहने अहमदाबाद शहराची उभारणी केली.

वरीलपैकी किती विधाने बरोबर आहेत?

(A) (i)    (B) (ii)    (C) (i) व (ii)    (D) वरीलपैकी एकही नाही.

16) बंगालच्या नासिरुद्दीन नुश्रत शाहच्या संदर्भात पुढील विधानांचा विचार करा.

(i) त्याच्या काळात अटल मशिदीची उभारणी केली.

(ii) त्याने महाभारताचे बंगालीत भाषांतर करवून घेतले.

वरीलपैकी किती विधाने बरोबर आहेत?

(A) (i)            (B) (ii)

(C) (i) व (ii)       (D) वरीलपैकी नाही.

17) खालील विधानांचा विचार करा.

   (i) पानिपतच्या दुसऱ्या युद्धात बाबराने इब्राहिमखान लोदीचा पराभव केला.

   (ii) कनवाच्या युद्धात बाबराने राणा संगाचा पराभव केला.

वरीलपैकी किती विधाने बरोबर आहेत?

(A) (i)            (B) (ii)

(C) (i) व (ii)       (D) वरीलपैकी एकही नाही.

18) बहामनी सत्तेच्या संदर्भात पुढील विधानांचा विचार करा.

   (i) बहामनी सत्तेची स्थापना हसन गंगू बहामनी याने केली.

   (ii) मुहम्मद शाह (तिसरा) याच्या काळात निकितिन या रशियन प्रवाशाने बिदरला भेट दिली.

वरीलपैकी किती विधाने बरोबर आहेत?

(A) (i)            (B) (ii)

(C) (i) व (ii)       (D) वरीलपैकी नाही.

19) खालील विधानांचा विचार करा.

   (i) वऱ्हाडची इमादशाही १५७४ मध्ये विजापूरने संपुष्टात आणली.

   (ii) बिदरची बरीदशाही अहमदनगरच्या निजामशाहीने संपुष्टात आणली.

वरीलपैकी किती विधाने बरोबर आहेत?

(A) (i)            (B) (ii)

(C) (i) व (ii)       (D) वरीलपैकी नाही.

20) मोगल प्रशासन व्यवस्थेच्या संदर्भात पुढील विधानांचा विचार करा.

   (i) मीर बक्षी हा लष्कराचे वेतन व हिशेब बघत असे.

   (ii) सद्र-उस-सदर हा धार्मिक वतने व दानधर्म याची जबाबदारी पाहत असे.

वरीलपैकी किती विधाने बरोबर आहेत?

(A) (i)            (B) (ii)

(C) (i) व (ii)       (D) वरीलपैकी नाही.

21) 'मनसबदारी' संस्थेबद्दल पुढील विधानांचा विचार करा.

   (i) मनसबदारांची मनसबदार, उमरा व उमरा-ए-आझम अशा तीन श्रेणीत विभागणी होत असे

(ii) मनसबदार ही त्यांतील सर्वात उच्च श्रेणी होती.

वरीलपैकी किती विधाने बरोबर आहेत?

(A) (i) (B) (ii)

(C) (i) व (ii) (D) वरीलपैकी नाही.

22) पुढील विधानांचा विचार करा.

(i) दोन स्वारांमध्ये एक घोडा जादा असणाऱ्याला सिह अस्पाचा हुद्दा मिळत असे.

(ii) नियमित घोड्याशिवाय एक घोडा जादा असल्यास दु-अस्पाचा हुद्दा मिळत असे.

वरीलपैकी किती विधाने बरोबर आहेत?

(A) (i) (B) (ii)

(C) (i) व (ii) (D) वरीलपैकी एकही नाही.

23) 'दाग' पद्धती संदर्भात पुढील विधानांचा विचार करा.

(i) घोड्याच्या डाव्या मांडीवर मध्यवर्ती सरकारचा शिक्का मारला जात असे.

(ii) घोड्याच्या उजव्या मांडीवर मनसबदाराचा शिक्का मारला जात असे.

वरीलपैकी किती विधाने बरोबर आहेत?

(A) (i) (B) (ii) (C) (i) व (ii) (D) वरीलपैकी नाही.

24) पुढील विधानांचा विचार करा.

(i) अकबराने १५६४ मध्ये यात्राकर रद्द केला.

(ii) अकबराने १५६३ मध्ये जिझिया कर रद्द केला.

वरीलपैकी किती विधाने बरोबर आहेत?

(A) (i) (B) (ii) (C) (i) व (ii) (D) वरीलपैकी एकही नाही.

25) इस्लामी विधिशास्त्रांसंदर्भात पुढील विधानांचा विचार करा.

(i) मलिकी व हनबली ह्या बुद्धिवादी परंपरा होत्या.

(ii) शफी व हनाफी या मूलतत्त्ववादी (fundamentalist) परंपरा होत्या

वरीलपैकी किती विधाने बरोबर आहेत?

(A) (i) (B) (ii)

(C) (i) व (ii) (D) वरीलपैकी एकही नाही.

26) सुलतानशाहीतील न्यायसंस्थेसंदर्भात पुढील विधानांचा विचार करा.

(i) न्यायालयाच्या प्रमुख काझीस 'काझी-ए-ममालिक' अशी संज्ञा होती.

(ii) खेड्यातील पंचायतीवर 'मुहतसीब' हा न्यायदान अधिकारी असे.

वरीलपैकी किती विधाने बरोबर आहेत?

(A) (i)                (B) (ii)

(C) (i) व (ii)         (D) वरीलपैकी नाही.

27) शेरशहाच्या महसूल व्यवस्थेसंदर्भात पुढील विधानांचा विचार करा.

(i) त्याच्या महसूल व्यवस्थेस 'घलाबक्षी' अशी संज्ञा होती.

(ii) ही व्यवस्था 'हनाफी' परंपरेनुसार संघटित करण्यात आली होती.

वरीलपैकी किती विधाने बरोबर आहेत?

(A) (i)                (B) (ii)

(C) (i) व (ii)         (D) वरीलपैकी एकही नाही.

28) पुढील विधानांचा विचार करा.

(i) 'दाहसला' ही महसूल व्यवस्था तोडरमलाने विकसित केली.

(ii) अनुत्पादक जमिनीसाठी 'पोलाज' अशी संज्ञा होती.

वरीलपैकी किती विधाने बरोबर आहेत?

(A) (i)                (B) (ii)

(C) (i) व (ii)         (D) वरीलपैकी एकही नाही.

29) पुढील विधानांचा विचार करा.

(i) 'सिराजुद्दीन आखी सिरा' यांनी बंगालमध्ये सुफी मताचा पाया घातला.

(ii) ते कादिरी परंपरेचे होते.

वरीलपैकी किती विधाने बरोबर आहेत?

(A) (i)                (B) (ii)

(C) (i) व (ii)         (D) वरीलपैकी एकही नाही.

30) चिश्ती परंपरेसंदर्भात पुढील विधानांचा विचार करा.

(i) 'चिल्ला' या साधनेत झाडाला ४० दिवस स्वतःला उलटे लटकून घेत असत.

(ii) 'चिल्ला-इ-माकुस' या साधनेत ४० दिवस कठोर तप केले जात असे.

वरीलपैकी किती विधाने बरोबर आहेत?

(A) (i)                (B) (ii)

(C) (i) व (ii)         (D) वरीलपैकी एकही नाही.

31) सुऱ्हावर्दी परंपरेच्या संदर्भात पुढील विधानांचा विचार करा.

(i) शेख बहाउद्दीन सुऱ्हावर्दी यांनी ही परंपरा स्थापन केली.

(ii) शेख शहाबुद्दीन सुऱ्हावर्दी यांनी हा परंपरा भारतात आणली.

वरीलपैकी किती विधाने बरोबर आहेत?

(A) (i)  
(B) (ii)  
(C) (i) व (ii)  
(D) वरीलपैकी एकही नाही.

❏❏

उत्तरे :

| | | | |
|---|---|---|---|
| 1) ñ A | 9) ñ A | 17) ñ B | 25) ñ D |
| 2) ñ B | 10) ñ A | 18) ñ C | 26) ñ C |
| 3) ñ C | 11) ñ D | 19) ñ A | 27) ñ B |
| 4) ñ A | 12) ñ B | 20) ñ C | 28) ñ A |
| 5) ñ C | 13) ñ C | 21) ñ A | 29) ñ A |
| 6) ñ A | 14) ñ A | 22) ñ B | 30) ñ D |
| 7) ñ D | 15) ñ C | 23) ñ D | 31) ñ D |
| 8) ñ D | 16) ñ B | 24) ñ D | |

# पुढील विधानांचा विचार करा
## आधुनिक

1) पुढील विधानांचा विचार करा.
   (i) गुरू अंगद यांच्या काळात गुरुमुखी लिपी तयार झाली.
   (ii) गुरू अर्जुन यांच्या काळात अमृतसर सुवर्ण मंदिराची उभारणी झाली.
   वरीलपैकी किती विधाने बरोबर आहेत?
   (A) (i)                              (B) (ii)
   (C) (i) व (ii)                       (D) वरीलपैकी एकही नाही

2) पुढील विधानांचा विचार करा.
   (i) सवाई जयसिंह याने जंतरमंतरची वेधशाळा उभारली.
   (ii) सवाई जयसिंह जोधपूराचा राजा होता.
   वरीलपैकी किती विधाने बरोबर आहेत?
   (A) (i)                              (B) (ii)
   (C) (i) व (ii)                       (D) वरीलपैकी एकही नाही

3) पुढील विधानांचा विचार करा.
   (i) मुघल बादशहाने १७२२ मध्ये सादतखान याला अवधचा नबाब बनवले.
   (ii) सादतखानानंतर शुजा उद्दौला अवधचा नबाब बनला.
   वरीलपैकी किती विधाने बरोबर आहेत?
   (A) (i)                              (B) (ii)
   (C) (i) व (ii)                       (D) वरीलपैकी एकही नाही

4) पुढील विधानांचा विचार करा.
   (i) १४५३ मध्ये तुर्कांनी कॉन्स्टँटिनोपल जिंकून घेतले.
   (ii) बर्थोलोम्यु डायझ १४९२ मध्ये 'केप ऑफ गुड होप' पर्यंत येऊन पोहोचला.
   वरीलपैकी किती विधाने बरोबर आहेत?
   (A) (i)                              (B) (ii)
   (C) (i) व (ii)                       (D) वरीलपैकी एकही नाही

5) खालीलपैकी विधानांचा विचार करा.
   (i) इंग्रजांनी मद्रासमध्ये सेंट जॉर्ज हा किल्ला बांधला.

(ii) मुंबई बेट इंग्लंडच्या राजाला स्पेनकडून लग्नात भेट मिळाले.

वरीलपैकी किती विधाने बरोबर आहेत?

(A) (i) (B) (ii)

(C) (i) व (ii) (D) वरीलपैकी एकही नाही

6) खालील विधानांचा विचार करा.

(i) सुतानती, कोलकाता व गोविंदपूर यात तीन खेड्यांचे एकत्रीकरण करून ब्रिटिशांनी कलकत्ता बंदर विकसित केले.

(ii) कोलकाता शहराचा आराखडा जॉन चरनॉक याने तयार केला होता.

वरीलपैकी किती विधाने बरोबर आहेत?

(A) (i) (B) (ii)

(C) (i) व (ii) (D) वरीलपैकी एकही नाही

7) प्लासीच्या युद्धानंतर मीर जाफरशी ब्रिटिशांनी केलेल्या तहाच्या संदर्भात खालील विधानांचा विचार करा.

(i) या तहान्वये बंगाल, बिहार व ओरिसाच्या भागाचे दिवाणी अधिकार ब्रिटिशांना मिळाले.

(ii) चोवीस परगण्याची जमीनदारी कंपनीला मिळाली.

वरीलपैकी किती विधाने बरोबर आहेत?

(A) (i) (B) (ii)

(C) (i) व (ii) (D) वरीलपैकी एकही नाही

8) मीर कासिमच्या संदर्भात पुढील विधानांचा विचार करा.

(i) त्याने आपली राजधानी ढाका येथे नेली.

(ii) आपल्या लष्कराचे संघटन करण्यासाठी त्याने गुर्गीनखान या अर्मेनिअन व्यक्तीला नेमले.

वरीलपैकी किती विधाने बरोबर आहेत?

(A) (i) (B) (ii)

(C) (i) व (ii) (D) वरीलपैकी एकही नाही

9) बक्सारच्या युद्धानंतर बादशाह शाहआलमशी ब्रिटिशांनी केलेल्या तहाच्या संदर्भात खालील विधानांचा विचार करा.

(i) कोरा व अलाहाबादचा प्रदेश या तहान्वये बादशाहला देण्यात आला.

(ii) बंगाल, बिहार व ओरिसाचे दिवाणी अधिकार या तहान्वये ब्रिटिशांना मिळाले.

वरीलपैकी किती विधाने बरोबर आहेत?

(A) (i)　　　　　　　　　　　(B) (ii)

(C) (i) व (ii)　　　　　　　　(D) वरीलपैकी एकही नाही

10) खालील विधानांचा विचार करा.

(i) कॉर्नवॉलिसच्या काळात 'बोर्ड ऑफ रेव्हेन्यू' (महसूल मंडळ) निर्माण करण्यात आले.

(ii) वॉरन हेस्टिंग्जच्या काळात कलकत्ता, ढाका, पाटणा व मुर्शिदाबाद येथे प्रांतिक न्यायालये स्थापण्यात आली.

वरीलपैकी किती विधाने बरोबर आहेत?

(A) (i)　　　　　　　　　　　(B) (ii)

(C) (i) व (ii)　　　　　　　　(D) वरीलपैकी एकही नाही

11) दुसऱ्या ब्रिटिश-मराठा युद्धाच्या संदर्भात पुढील विधानांचा विचार करा.

(i) सुर्जी अंजनगावच्या तहानुसार चंबळ नदीच्या उत्तरेकडचा प्रदेश शिंद्यांनी ब्रिटिशांना दिला.

(ii) देगावच्या तहानुसार भोसल्यांनी गंगा-यमुना दुआबचा प्रदेश ब्रिटिशांना दिला.

वरीलपैकी किती विधाने बरोबर आहेत?

(A) (i)　　　　　　　　　　　(B) (ii)

(C) (i) व (ii)　　　　　　　　(D) वरीलपैकी एकही नाही

12) १८१८ साली पेशव्यांनी ब्रिटिशांनी केलेल्या तहाच्या संदर्भात खालील विधानांचा विचार करा.

(i) या तहान्वये पेशव्याला बिठूर येथे स्थायिक होण्यास भाग पाडण्यात आले.

(ii) त्याला वार्षिक १६ लाख पेन्शन मंजूर करण्यात आली.

वरीलपैकी किती विधाने बरोबर आहेत?

(A) (i)　　　　　　　　　　　(B) (ii)

(C) (i) व (ii)　　　　　　　　(D) वरीलपैकी एकही नाही

13) खालील विधानांचा विचार करा.

(i) रणजित सिंह हा सुकरचाकिया राज्याचा राजा महासिंह याचा पुत्र होता.

(ii) अमृतसरच्या तहानुसार रणजितसिंहाने सतलजच्या दक्षिणेकडे राज्यविस्तार न करण्याचे मान्य केले.

वरीलपैकी किती विधाने बरोबर आहेत?

(A) (i) (B) (ii)

(C) (i) व (ii) (D) वरीलपैकी एकही नाही

14) बेंटिंगच्या काळात न्यायव्यवस्थेत झालेल्या बदलांच्या संदर्भात खालील विधानांचा विचार करा.

(i) प्रांतिक सत्र न्यायालये रद्द करण्यात आली

(ii) मुलकी न्यायदानाचा अधिकार काही भारतीयांनाही देण्यात आला.

(iii) अलाहाबाद येथे उच्च न्यायालय स्थापण्यात आले.

वरीलपैकी किती विधाने बरोबर आहेत?

(A) (i), (ii), (iii) (B) (i), (ii)

(C) (ii) (iii) (D) (ii) व (iii)

15) डलहौसीने केलेल्या लष्करी सुधारणांच्या संदर्भात पुढील विधानांचा विचार करा.

(i) तोफखान्याचे मध्यवर्ती कार्यालय मीरतला हलवण्यात आले.

(ii) लष्कराचे मध्यवर्ती कार्यालय कलकत्त्यावरून दिल्लीला हलवण्यात आले.

वरीलपैकी किती विधाने बरोबर आहेत?

(A) (i) (B) (ii)

(C) (i) व (ii) (D) वरीलपैकी एकही नाही

16) रेग्युलेटिंग ॲक्टच्या संदर्भात खालील विधानांचा विचार करा.

(i) ब्रिटनमधील संचालक मंडळाचा कार्यकाल पाच वर्षे इतका निश्चित करण्यात आला.

(ii) कंपनीच्या भारतातील प्रदेशाचा गव्हर्नर जनरल व त्याचे कौन्सिल यांचा कार्यकाल चार वर्षे इतका निश्चित करण्यात आला.

वरीलपैकी किती विधाने बरोबर आहेत?

(A) (i) (B) (ii)

(C) (i) व (ii) (D) वरीलपैकी एकही नाही

17) 'पिट्स इंडिया ॲक्ट'च्या संदर्भात खालील विधानांचा विचार करा.

(i) या कायद्यान्वये कंपनीवर नियंत्रण ठेवण्यासाठी ब्रिटनमध्ये बोर्ड ऑफ कंट्रोल स्थापण्यात आले.

(ii) भारतमंत्री हा या बोर्डाचा अध्यक्ष होता.

वरीलपैकी किती विधाने बरोबर आहेत?

(A) (i) (B) (ii)

(C) (i) व (ii) (D) वरीलपैकी एकही नाही

18) खालील विधानांचा विचार करा.

(i) १८३३ च्या चार्टर ॲक्टअन्वये बंगालच्या गव्हर्नर जनरलला भारताच्या गव्हर्नर जनरलचा दर्जा देण्यात आला.

(ii) १८५३ च्या चार्टर ॲक्टनुसार बंगालसाठी स्वतंत्र गव्हर्नरची तरतूद करण्यात आली.

वरीलपैकी किती विधाने बरोबर आहेत?

(A) (i) (B) (ii)

(C) (i) व (ii) (D) वरीलपैकी एकही नाही

19) खालील विधानांचा विचार करा.

(i) खोंडांनी दोरा बिसाई याच्या नेतृत्वाखाली ब्रिटिशांविरुद्ध उठाव केला.

(ii) खोंडाची वस्ती सातपुडा पर्वतरांगांच्या भागात होती.

वरीलपैकी किती विधाने बरोबर आहेत?

(A) (i) (B) (ii)

(C) (i) व (ii) (D) वरीलपैकी एकही नाही

20) खालील विधानांचा विचार करा.

(i) १८२६ मध्ये कुकींनी ब्रिटिशांविरोधात उठाव केला.

(ii) कुकींची वस्ती डाफला टेकड्यांच्या प्रदेशात होती.

वरीलपैकी किती विधाने बरोबर आहेत?

(A) (i) (B) (ii)

(C) (i) व (ii) (D) वरीलपैकी एकही नाही

21) खालील विधानांचा विचार करा.

(i) १८२६-१८३१ या काळात रामोश्यांनी महाराष्ट्रात उठाव केला.

(ii) उमाजी नाईक हा रामोशांचा नेता होता.

वरीलपैकी किती विधाने बरोबर आहेत?

(A) (i) (B) (ii)

(C) (i) व (ii) (D) वरीलपैकी एकही नाही

22) यांदेबुच्या तहासंदर्भात खालील विधानांचा विचार करा.

    (i) आराकान व तेनासरीम हे प्रांत या तहान्वये ब्रिटिशांना मिळाले.

    (ii) आव्हा येथे एक ब्रिटिश वकील ठेवण्यात आला.

वरीलपैकी किती विधाने बरोबर आहेत?

    (A) (i)    (B) (ii)    (C) (i) व (ii)    (D) वरीलपैकी एकही नाही

23) खालील विधानांचा विचार करा.

    (i) १८४९ मध्ये ईश्वरचंद्र विद्यासागर यांनी हिंदू बालिका विद्यालयाची स्थापना केली.

    (ii) विधिसदस्य लॉर्ड मेकॉलेने त्यांना या कामी मदत केली.

वरीलपैकी किती विधाने बरोबर आहेत?

    (A) (i)                    (B) (ii)

    (C) (i) व (ii)        (D) वरीलपैकी एकही नाही

24) खालील विधानांचा विचार करा.

    (i) लॉर्ड नॉर्थब्रुकच्या काळात पहिल्यांदा जनगणना करण्यात आली.

    (ii) लॉर्ड मेयोच्या काळात जिल्हा समित्यांची स्थापना करण्यात आली.

वरीलपैकी किती विधाने बरोबर आहेत?

    (A) (i)                    (B) (ii)

    (C) (i) व (ii)        (D) वरीलपैकी एकही नाही

25) खालील विधानांचा विचार करा.

    (i) १८८० मध्ये 'दुष्काळ समिती' (famine commission) निर्माण करण्यात आली.

    (ii) जॉन स्ट्रॅची हा या समितीचा अध्यक्ष होता.

वरीलपैकी किती विधाने बरोबर आहेत?

    (A) (i)                    (B) (ii)

    (C) (i) व (ii)        (D) वरीलपैकी एकही नाही

26) खालील विधानांचा विचार करा.

    (i) लॉर्ड रिपनच्या कारकिर्दीत महसुलाच्या बाबींचे केंद्राच्या नियंत्रणाखालील, राज्याच्या नियंत्रणाखालील व संयुक्त नियंत्रणाखालील असे तीन भागात वर्गीकरण करण्यात आले.

    (ii) रिपनच्या काळात स्टॅट्युटरी सिव्हिल सर्व्हिस कमिशन रद्द करण्यात आले.

वरीलपैकी किती विधाने बरोबर आहेत?

(A) (i)
(B) (ii)
(C) (i) व (ii)
(D) वरीलपैकी एकही नाही

27) खालील विधानांचा विचार करा.

(i) रिपनच्या काळात फॅक्टरी ॲक्ट संमत करण्यात आला.

(ii) डफरिनच्या काळात पंजाब कुळकायदा संमत करण्यात आला.

वरीलपैकी किती विधाने बरोबर आहेत?

(A) (i)
(B) (ii)
(C) (i) व (ii)
(D) वरीलपैकी एकही नाही

28) रिपनच्या काळात झालेल्या स्थानिक स्वराज्य कायद्याच्या संदर्भात खालील विधानांचा विचार करा.

(i) या कायद्यान्वये प्रत्येक प्रांतात जिल्ह्याच्या स्तरावर स्थानिक समित्या निर्माण करण्यात आल्या.

(ii) या समित्याचा अध्यक्ष बिनसरकारी असणार होता.

वरीलपैकी किती विधाने बरोबर आहेत?

(A) (i)
(B) (ii)
(C) (i) व (ii)
(D) वरीलपैकी एकही नाही

29) खालील विधानांचा विचार करा.

(i) डफरिनच्या काळात १८८६ मध्ये लोकसेवा आयोगाची स्थापना करण्यात आली.

(ii) चार्ल्स ॲचिसन या आयोगाचा पहिला अध्यक्ष होता.

वरीलपैकी किती विधाने बरोबर आहेत?

(A) (i) (B) (ii) (C) (i) व (ii) (D) वरीलपैकी एकही नाही

30) खालील विधानांचा विचार करा.

(i) कर्झनच्या काळात शिक्षणक्षेत्रात करावयाच्या सुधारणांविषयी तज्ज्ञांची परिषद सिमला येथे भरवण्यात आली.

(ii) हुसेन बिलग्रामी व गुरुदास बॅनर्जी या परिषदेला उपस्थित होते.

वरीलपैकी किती विधाने बरोबर आहेत?

(A) (i)
(B) (ii)
(C) (i) व (ii)
(D) वरीलपैकी एकही नाही

31) खालील विधानांचा विचार करा.

(i) १८५८ च्या कायद्यानुसार 'भारतमंत्री' हे पद निर्माण करण्यात आले.

(ii) भारतमंत्र्याच्या मदतीला १० सदस्यांचे इंडिया कौन्सिल निर्माण करण्यात आले.

वरीलपैकी किती विधाने बरोबर आहेत?

(A) (i) (B) (ii)

(C) (i) व (ii) (D) वरीलपैकी एकही नाही

32) खालील विधानांचा विचार करा.

(i) लखनौ करार १९१६ मध्ये करण्यात आला.

(ii) या करारान्वये विधिमंडळात जातीय विषयावरील चर्चेत हिंदू व मुसलमानांना समान नकाराधिकार देण्यात आला.

वरीलपैकी किती विधाने बरोबर आहेत?

(A) (i) (B) (ii) (C) (i) व (ii) (D) वरीलपैकी एकही नाही

33) गांधीजींच्या संदर्भात खालील विधानांचा विचार करा.

(i) गांधीजींच्या द.आफ्रिकेतील सत्याग्रहांपैकी १९१४ सालचा 'एम्पायर' स्टेट सत्याग्रह विशेष गाजला.

(ii) गांधीजींनी १८९४ मध्ये नाताळ इंडियन कॉंग्रेसची स्थापना केली.

वरीलपैकी किती विधाने बरोबर आहेत?

(A) (i) (B) (ii) (C) (i) व (ii) (D) वरीलपैकी एकही नाही

34) खालील विधानांचा विचार करा.

(i) रौलट सत्याग्रहाच्या वेळी स्वामी श्रद्धानंद व हकीम अजमलखान यांनी दिल्लीत सत्याग्रह केला.

(ii) मुंबईमध्ये आंदोलन हिंसक बनल्याने गांधीजींनी आंदोलन मागे घेतले.

वरीलपैकी किती विधाने बरोबर आहेत?

(A) (i) (B) (ii) (C) (i) व (ii) (D) वरीलपैकी एकही नाही

35) खालील विधानांचा विचार करा.

(i) अलीगढ विद्यापीठाची स्थापना सर सय्यद अहमद खान यांनी केली.

(ii) थिओडोर बेक या विद्यापीठाचे पहिले कुलगुरू होते.

वरीलपैकी किती विधाने बरोबर आहेत?

(A) (i) (B) (ii)

(C) (i) व (ii) (D) वरीलपैकी एकही नाही

36) खालील विधानांचा विचार करा.

(i) १९२४ सालच्या बेळगाव अधिवेशनात स्वराज्य पक्षाच्या नेत्यांनी गांधीजींशी तडजोड करून कौन्सिल प्रवेशास त्यांची संमती मिळवली.

(ii) बेळगाव अधिवेशनाच्या अध्यक्षपदी चित्तरंजन दास होते.

वरीलपैकी किती विधाने बरोबर आहेत?

(A) (i) (B) (ii)

(C) (i) व (ii) (D) वरीलपैकी एकही नाही

37) खालील विधानांचा विचार करा.

(i) १९२५ मध्ये कानपूर येथे भारतीय साम्यवादी पक्षाची स्थापना करण्यात आली.

(ii) मानवेंद्रनाथ रॉय हे या पक्षाचे पहिले अध्यक्ष होते.

वरीलपैकी किती विधाने बरोबर आहेत?

(A) (i) (B) (ii)

(C) (i) व (ii) (D) वरीलपैकी एकही नाही

38) नेहरू अहवालाच्या संदर्भात पुढील विधानांचा विचार करा.

(i) या अहवालात २१ वर्षांवरील सर्व नागरिकांना मताधिकार देण्याची शिफारस केली होती.

(ii) या अहवालात प्रांतिक पुनर्रचना भाषिक तत्त्वांवर करण्याची शिफारस होती.

वरीलपैकी किती विधाने बरोबर आहेत?

(A) (i) (B) (ii)

(C) (i) व (ii) (D) वरीलपैकी एकही नाही

39) कॉंग्रेसच्या लाहोर अधिवेशनासंदर्भात पुढील विधानांचा विचार करा.

(i) अधिवेशनाचे अध्यक्ष मोतीलाल नेहरू होते.

(ii) या अधिवेशनात सविनय कायदेभंगाची चळवळ सुरू करण्याचा निर्णय घेण्यात आला.

वरीलपैकी किती विधाने बरोबर आहेत?

(A) (i) (B) (ii)

(C) (i) व (ii) (D) वरीलपैकी एकही नाही

40) कॉंग्रेसच्या मुंबई अधिवेशनाच्या (१९४०) संदर्भात खालील विधानांचा विचार करा.

(i) या अधिवेशनात कॉंग्रेसच्या ग्रामीण प्रतिनिधींची संख्या १४८९ वर शहरी प्रतिनिधींची संख्या ५११ एवढी निश्चित करण्यात आली.

(ii) कॉंग्रेसच्या सदस्यावर खादीप्रसार व अस्पृश्यतानिर्मूलन याचे नैतिक बंधन घालण्यात आले.

वरीलपैकी किती विधाने बरोबर आहेत?

(A) (i)                 (B) (ii)

(C) (i) व (ii)         (D) वरीलपैकी एकही नाही

41) १९३५ च्या कायद्याच्या संदर्भात पुढील विधानांचा विचार करा.

(i) चेन्नई, मुंबई, बंगाल, संयुक्त प्रांत, बिहार व आसाम येथे द्विगृही कायदेमंडळाची तरतूद करण्यात आली.

(ii) ओरिसा व सिंध हे प्रांत वेगळे करण्यात आले.

वरीलपैकी किती विधाने बरोबर आहेत?

(A) (i)                 (B) (ii)

(C) (i) व (ii)         (D) वरीलपैकी एकही नाही

42) १९३५ च्या कायद्याच्या संदर्भात खालील विधानांचा विचार करा.

(i) संघराज्य अस्तित्वात येण्यासाठी संस्थानी लोकसंख्येच्या ५०% लोकसंख्या असलेल्या संस्थानांची संबंधित प्रस्तावाला मान्यता आवश्यक होती.

(ii) संघराज्यात सामील होण्यासाठी संस्थानांना विशिष्ट मुदत देण्यात आली.

वरीलपैकी किती विधाने बरोबर आहेत?

(A) (i)                 (B) (ii)

(C) (i) व (ii)         (D) वरीलपैकी एकही नाही

43) खालील विधानांचा विचार करा.

(i) १९३५ च्या कायद्याअंतर्गत रिझर्व्ह बँक स्थापण्यात आली.

(ii) १९३५ च्या कायद्यान्वये इंडिया कौन्सिल रद्द करण्यात आले.

वरीलपैकी किती विधाने बरोबर आहेत?

(A) (i)                 (B) (ii)

(C) (i) व (ii)         (D) वरीलपैकी एकही नाही

44) खालील विधानांचा विचार करा.

(i) १९३५ च्या कायद्यानुसार केंद्रीय विधिमंडळाच्या वरिष्ठ सभागृहाची (council of state) सदस्य संख्या 375 एवढी निश्चित करण्यात आली.

(ii) १९३५ च्या कायद्यानुसार केंद्रीय सदस्यसंख्या विधिमंडळाच्या कनिष्ठ सभागृहाची (fedaral Assembly) सदस्यसंख्या 260 एवढी निश्चित करण्यात आली.

वरीलपैकी किती विधाने बरोबर आहेत?

(A) (i)                                    (B) (ii)

(C) (i) व (ii)                          (D) वरीलपैकी एकही नाही

45) १९३५ च्या कायद्याच्या संदर्भात खालील विधानांचा विचार करा.

(i) या कायद्यानुसार ५ प्रांतांसाठी द्विगृही तर ६ प्रांतांसाठी एकगृही विधिमंडळाची तरतूद करण्यात आली.

(ii) बिहारसाठी द्विगृही कायदेमंडळाची तरतूद करण्यात आली होती.

वरीलपैकी किती विधाने बरोबर आहेत?

(A) (i)                                    (B) (ii)

(C) (i) व (ii)                          (D) वरीलपैकी एकही नाही

46) खालील विधानांचा विचार करा.

(i) १९३७ साली भरलेल्या अखिल भारतीय शिक्षण परिषदेचे अध्यक्ष डॉ. सर्वपल्ली राधाकृष्णन होते.

(ii) ही परिषद पुणे येथे भरली होती.

वरीलपैकी किती विधाने बरोबर आहेत?

(A) (i)                                    (B) (ii)

(C) (i) व (ii)                          (D) वरीलपैकी एकही नाही

47) खालील विधानांचा विचार करा.

(i) भारतीय महिला परिषदेचे पहिले अधिवेशन पुणे येथे भरले होते.

(ii) १९२८ सालच्या अधिवेशनाच्या अध्यक्षा सरोजिनी नायडू होत्या.

वरीलपैकी किती विधाने बरोबर आहेत?

(A) (i)                                    (B) (ii)

(C) (i) व (ii)                          (D) वरीलपैकी एकही नाही

❑❑

उत्तरे :

| 1) | ñ C | 13) | ñ C | 25) | ñ A | 37) | ñ A |
|----|-----|-----|-----|-----|-----|-----|-----|
| 2) | ñ A | 14) | ñ D | 26) | ñ A | 38) | ñ C |
| 3) | ñ A | 15) | ñ A | 27) | ñ C | 39) | ñ B |
| 4) | ñ A | 16) | ñ D | 28) | ñ B | 40) | ñ C |
| 5) | ñ A | 17) | ñ A | 29) | ñ C | 41) | ñ C |
| 6) | ñ C | 18) | ñ C | 30) | ñ C | 42) | ñ A |
| 7) | ñ B | 19) | ñ A | 31) | ñ A | 43) | ñ C |
| 8) | ñ B | 20) | ñ A | 32) | ñ A | 44) | ñ D |
| 9) | ñ C | 21) | ñ C | 33) | ñ B | 45) | ñ B |
| 10) | ñ D | 22) | ñ C | 34) | ñ A | 46) | ñ B |
| 11) | ñ D | 23) | ñ A | 35) | ñ D | 47) | ñ C |
| 12) | ñ A | 24) | ñ B | 36) | ñ A | | |

# कालक्रमाधारित प्रश्न

1) खालील घटना योग्य कालक्रमानुसार लावा.
   (i) कलिंगावर अशोकाचा विजय
   (ii) सेल्युकस निकेटरचा पराभव
   (iii) अशोकाकडून स्तंभालेखांचे आरेखन
   (iv) ॲलेक्झांडरचा मृत्यू
   (A) (i) (ii) (iii) (iv)　　　　(B) (iv) (ii) (iii) (i)
   (C) (iv) (ii) (i) (iii)　　　　(D) (iv) (iii) (ii) (i)

2) कालक्रमानुसार योग्य रचना करा.
   (i) कीर्तिवर्मन पहिला　　　(ii) पुलकेशी पहिला
   (iii) पुलकेशी दुसरा　　　　(iv) मंगलेश
   (A) (i) (iv) (iii) (ii)　　　　(B) (ii) (i) (iv) (iii)
   (C) (i) (ii) (iii) (iv)　　　　(D) (iv) (iii) (ii) (i)

3) कालक्रमानुसार योग्य रचना करा.
   (i) पुलकेशी दुसरा
   (ii) परमेश्वरवर्मन पल्लव पहिला
   (iii) विक्रमादित्य चालुक्य पहिला
   (iv) नरसिंहवर्मन पल्लव पहिला
   (A) (i) (iv) (iii) (ii)　　　　(B) (iv) (i) (iii) (ii)
   (C) (i) (iv) (ii) (iii)　　　　(D) (i) (ii) (iii) (iv)

4) कालक्रमानुसार योग्य क्रम निश्चित करा.
   (i) अमोघवर्ष पहिला　　　(ii) नागभट प्रतिहार
   (ii) कृष्ण राष्ट्रकूट पहिला　(iv) मिहिरभोज प्रतिहार
   (A) (i) (ii) (iii) (iv)　　　　(B) (iii) (ii) (iv) (i)
   (C) (ii) (iii) (i) (iv)　　　　(D) (iii) (ii) (i) (iv)

5) कालक्रमानुसार योग्य क्रम निश्चित करा.
   (i) कुलोत्तुंग पहिला
   (ii) राजाधिराज पहिला
   (iii) राजराज दुसरा
   (iv) वीर राजेंद्र

(A) (iii) (ii) (i) (iv)          (B) (iv) (ii) (i) (iii)

(C) (ii) (iv) (i) (iii)          (D) (ii) (iv) (iii) (i)

6) कालक्रमानुसार योग्य क्रम निश्चित करा. (गुप्तकाल)

   (i) भिटारी स्तंभलेख

   (ii) अलाहाबाद स्तंभालेख

   (iii) बिलसाड स्तंभालेख

   (iv) सांची शिलालेख

   (A) (ii) (i) (iii) (iv)          (B) (ii) (iv) (iii) (i)

   (C) (iv) (ii) (iii) (i)          (D) (ii) (iv) (i) (iii)

7) कालक्रमानुसार योग्य क्रम निश्चित करा.

   (i) चंद्रगुप्त दुसरा

   (ii) विंध्यशक्ती पहिला

   (iii) स्कंदगुप्त

   (iv) प्रवरसेन पहिला

   (A) (ii) (iv) (i) (iii)          (B) (iv) (ii) (iii) (i)

   (C) (ii) (iv) (iii) (i)          (D) (iv) (ii) (i) (iii)

8) कालक्रमानुसार योग्य क्रम निश्चित करा.

   (i) दुर्गा मंदिर, ऐहोळे

   (ii) कैलाशनाथ मंदिर, कांची

   (iii) विठ्ठलस्वामी मंदिर, हंपी

   (iv) जगन्नाथ मंदिर, पुरी

   (A) (iv) (iii) (ii) (i)          (B) (i) (ii) (iii) (iv)

   (C) (i) (ii) (iv) (iii)          (D) (ii) (i) (iv) (iii)

9) कालक्रमानुसार योग्य क्रम निश्चित करा.

   (i) कैलास लेणे, वेरूळ

   (ii) भाजे गुहालेणी (विहार)

   (iii) विष्णु मंदिर, देवगड

   (iv) कार्ले विहार

   (A) (ii) (iv) (iii) (i)          (B) (ii) (iv) (i) (iii)

   (C) (iv) (ii) (iii) (i)          (D) (i) (ii) (iii) (iv)

10) कालक्रमानुसार योग्य क्रम निश्चित करा.
   (i) महाबलिपुरम एकपाषाणी मंदिरसमूह
   (ii) भिटारगाव मंदिर
   (iii) गंगैकोंडचोलपुरम मंदिर
   (iv) खजुराहो मंदिर समूह
   (A) (iv) (iii) (i) (ii)        (B) (ii) (iv) (i) (iii)
   (C) (i) (ii) (iii) (iv)        (D) (ii) (i) (iii) (iv)

11) कालक्रमानुसार योग्य क्रम निश्चित करा.
   (i) मोढेरा सूर्यमंदिर
   (ii) हजारा मंदिर
   (iii) घारापुरी (एलिफंटा) लेणी
   (iv) राजराजेश्वर मंदिर, तंजावर
   (A) (i) (iii) (ii) (iv)        (B) (iv) (iii) (ii) (i)
   (C) (iii) (iv) (i) (ii)        (D) (iv) (iii) (i) (ii)

12) कालक्रमानुसार योग्य क्रम निश्चित करा.
   (i) कंकाली देवी मंदिर, तिगवा
   (ii) मीनाक्षी मंदिर, मदुराई
   (iii) शिवपार्वती मंदिर, नाचना कुथार
   (iv) कार्ले विहार
   (A) (iv) (i) (ii) (iii)        (B) (i) (ii) (iii) (iv)
   (C) (iv) (i) (iii) (ii)        (D) (i) (iv) (iii) (ii)

13) कालक्रमानुसार योग्य क्रम निश्चित करा.
   (i) रझिया
   (ii) अल्तमश
   (iii) कैकुबाद
   (iv) बल्बन
   (A) (iv) (iii) (ii) (i)        (B) (ii) (i) (iv) (iii)
   (C) (i) (ii) (iii) (iv)        (D) (i) (ii) (iv) (iii)

14) खलजी घराण्याच्या संदर्भात खालील घटनांचा योग्य क्रम निश्चित करा.
   (i) मलिक छज्जूचा उठाव

(ii) जलालुद्दीन खलजीचा वध

(iii) सिद्दी मौलाचा वध

(iv) कैकुबादचा वध

(A) (i) (ii) (iii) (iv)        (B) (iv) (i) (ii) (iii)

(C) (i) (iv) (iii) (ii)        (D) (iv) (i) (iii) (ii)

15) अल्लाद्दीन खलजीच्या कारकिर्दीच्या संदर्भात खालील घटनांचा कालक्रमानुसार योग्य क्रम निश्चित करा.

(i) मेवाडवर विजय

(ii) रणथंबोरवर विजय

(iii) माळव्यावर विजय

(iv) गुजरातवर विजय

(A) (iv) (ii) (i) (iii)        (B) (ii) (iv) (i) (iii)

(C) (iv) (ii) (iii) (i)        (D) (i) (ii) (iii) (iv)

16) अल्लाउद्दीन खलजीच्या कारकिर्दीतील पुढील घटनांचा कालक्रमानुसार योग्य क्रम निश्चित करा.

(i) पांड्यांचा पराभव

(ii) देवगिरीच्या यादवांचा पराभव

(iii) द्वारसमुद्रच्या होयसळांचा पराभव

(iv) वारंगळच्या काकतीयांचा पराभव

(A) (i) (ii) (iv) (iii)        (B) (ii) (iv) (iii) (i)

(C) (iv) (ii) (i) (iii)        (D) (ii) (iv) (i) (iii)

17) तुघलक घराण्याच्या संदर्भात पुढील घटनांचा कालक्रमानुसार योग्य क्रम निश्चित करा.

(i) अमीर खुसरोचा मृत्यू

(ii) तांब्याच्या चलनाचा प्रयोग

(iii) राजधानीचे दौलताबादला स्थलांतर

(iv) इब्न बतुताचा मृत्यु

(A) (i) (iii) (ii) (iv)        (B) (iii) (i) (ii) (iv)

(C) (i) (iii) (iv) (ii)        (D) (iii) (i) (iv) (ii)

18) लोदी घराण्याच्या संदर्भात कालक्रमानुसार योग्य क्रम निश्चित करा.

(i) सिकंदर शाह

(ii) बहलोल लोदी

(iii) इब्राहीम लोदी

(A) (i) (ii) (iii)  (B) (iii) (ii) (i)

(C) (i) (iii) (ii)  (D) (ii) (i) (iii)

19) विजयनगरच्या संदर्भात कालक्रमानुसार योग्य क्रम निश्चित करा.

(i) हरिहर दुसरा

(ii) मल्लिकार्जुन

(iii) देवराय दुसरा

(iv) कृष्णदेवराय

(A) (i) (ii) (iii) (iv)  (B) (i) (iii) (iv) (ii)

(C) (i) (iii) (ii) (iv)  (D) (iii) (i) (ii) (iv)

20) पुढील परकीय प्रवाशांची कालक्रमानुसार योग्य रचना करा.

(i) निकितिन

(ii) निकोलो काँटी

(iii) अब्दुर रझाक

(iv) निकोलाय मनुची

(A) (i) (ii) (iii) (iv)  (B) (ii) (iii) (i) (iv)

(C) (ii) (iii) (iv) (i)  (D) (iii) (ii) (i) (iv)

21) कालक्रमानुसार योग्य क्रम निश्चित करा.

(i) सुलतानघर  (ii) अदिलाबादची गढी

(iii) अलाई दरवाजा  (iv) अढाई दिन का झोपडा

(A) (iv) (i) (iii) (ii)  (B) (i) (iv) (ii) (iii)

(C) (ii) (iv) (i) (iii)  (D) (i) (ii) (iii) (iv)

22) कालक्रमानुसार योग्य क्रम निश्चित करा.

(i) अदिना मशीद  (ii) तुघलकाबाद

(iii) अटल मशीद  (iv) लोटन मशीद

(A) (ii) (i) (iii) (iv)  (B) (i) (ii) (iii) (iv)

(C) (iii) (i) (ii) (iv)  (D) (i) (iii) (ii) (iv)

23) कालक्रमानुसार योग्य क्रम निश्चित करा.

(i) चंदेरीचे युद्ध

(ii) कनवाचे युद्ध

(iii) पानिपतचे पहिले युद्ध
(iv) घागराचे युद्ध
(A) (iii) (iv) (i) (ii) (B) (iii) (ii) (i) (iv)
(C) (ii) (iii) (i) (iv) (D) (iii) (ii) (iv) (i)

24) कालक्रमानुसार योग्य क्रम निश्चित करा.
(i) चौसाचे युद्ध
(ii) दोराचे युद्ध
(iii) कनौजचे युद्ध
(iv) सरहिंदचे युद्ध
(A) (i) (iii) (ii) (iv) (B) (iii) (i) (ii) (iv)
(C) (ii) (i) (iii) (iv) (D) (i) (ii) (iii) (iv)

25) अकबराच्या कारकिर्दीच्या संदर्भात पुढील घटनांचा कालक्रमानुसार योग्य क्रम निश्चित करा.
(i) कंदाहारवर विजय
(ii) काबूलवर विजय
(iii) सिंधवर विजय
(iv) काश्मीरवर विजय
(A) (iv) (iii) (i) (ii) (B) (i) (ii) (iii) (iv)
(C) (iv) (ii) (iii) (i) (D) (ii) (iv) (iii) (i)

26) कालक्रमानुसार योग्य क्रम निश्चित करा.
(i) इबादतखान्यातील चर्चेस सुरवात
(ii) यात्राकर रद्द
(iii) दीन-ए-इलाहीची प्रस्थापना
(iv) जिझिया कर रद्द
(A) (iv) (i) (ii) (iii) (B) (ii) (iv) (i) (iii)
(C) (iv) (ii) (i) (iii) (D) (i) (iv) (ii) (iii)

27) जहांगीरच्या कारकिर्दीच्या संदर्भात पुढील घटनांची कालक्रमानुसार योग्य रचना करा.
(i) किश्तवारवर विजय
(ii) कांग्रावर विजय
(iii) शाहजहानचा उठाव

(iv) राजपुत्र खुश्रूचा उठाव

(A) (iv) (iii) (ii) (i) (B) (i) (ii) (iii) (iv)

(C) (ii) (i) (iv) (iii) (D) (i) (ii) (iv) (iii)

28) औरंगजेबाच्या कारकिर्दीच्या संदर्भात पुढील घटनांचा कालक्रमानुसार योग्य क्रम निश्चित करा.

(i) मोहरमच्या सोहळ्यास बंदी

(ii) होळीच्या सणास बंदी

(iii) जिझिया आकारणीस पुन्हा सुरुवात

(iv) संभाजीमहाराजांचा वध

(A) (iv) (i) (ii) (iii) (B) (ii) (i) (iv) (iii)

(C) (ii) (i) (iii) (iv) (D) (i) (ii) (iii) (iv)

29) कालक्रमानुसार योग्य क्रम निश्चित करा.

(i) गोवळकोंड्यावर विजय

(ii) संभाजीमहाराजांचा वध

(iii) विजापूरवर विजय

(iv) सतनाम्यांचा उठाव

(A) (iv) (iii) (i) (ii) (B) (iii) (iv) (i) (ii)

(C) (iv) (iii) (ii) (i) (D) (i) (ii) (iii) (iv)

30) कालक्रमानुसार योग्य क्रम निश्चित करा.

(i) शिवाजीमहाराजांचा राज्याभिषेक

(ii) आग्रा भेट

(iii) सुरतेची दुसरी लूट

(iv) पुरंदरचा तह

(A) (ii) (iii) (iv) (i) (B) (iv) (ii) (iii) (i)

(C) (ii) (iv) (iii) (i) (D) (iii) (ii) (iv) (i)

31) पुढे दिलेल्या कॉंग्रेसच्या अध्यक्षांची कालक्रमानुसार योग्य पुनर्रचना करा.

(i) विल्यम वेडरबर्न

(ii) जॉर्ज यूल

(iii) हेन्री कॉटन

(iv) आल्फ्रेड वेब

(A) (iv) (i) (ii) (iii) (B) (i) (ii) (iv) (iii)

(C) (ii) (i) (iv) (iii) (D) (ii) (i) (iii) (iv)

32) पुढील घटनांचा कालक्रमानुसार योग्य क्रम निश्चित करा.

(i) वास्को-द-गामाचे कालिकतला आगमन

(ii) तुर्कांचा कॉन्स्टँटिनोपलवर विजय

(iii) कोलंबसद्वारा अमेरिका खंडाचा शोध

(iv) बार्थोलोम्यू डायझ केप ऑफ गुड होपला पोहोचण्यात सफल

(A) (ii) (iv) (iii) (i) (B) (iv) (ii) (iii) (i)

(C) (i) (ii) (iii) (iv) (D) (iv) (iii) (ii) (i)

33) पुढील घटनांचा कालक्रमानुसार योग्य क्रम निश्चित करा.

(i) मछलीपट्टण येथे कंपनीची वखार

(ii) फोर्ट विल्यम या किल्याचे बांधकाम पूर्ण

(iii) इंग्लंडच्या राजाकडून मुंबई बेट कंपनीकडे

(iv) सुरत येथे कंपनीची वखार

(A) (iv) (ii) (i) (iii) (B) (iv) (iii) (ii) (i)

(C) (i) (iv) (iii) (ii) (D) (iv) (i) (iii) (ii)

34) पुढील घटनांचा कालक्रमानुसार योग्य क्रम निश्चित करा.

(i) सालबाईचा तह (ii) सुरतेचा तह

(iii) वडगाव-मावळचे युद्ध (iv) हैदर अलीचा मृत्यू

(A) (ii) (iv) (i) (iii) (B) (ii) (iii) (i) (iv)

(C) (ii) (iii) (iv) (i) (D) (ii) (i) (iv) (iii)

35) पुढील घटनांचा कालक्रमानुसार योग्य क्रम निश्चित करा.

(i) पिट्स इंडिया ॲक्ट (ii) दुसरे म्हैसूर युद्ध

(iii) तिसरे म्हैसूर युद्ध (iv) कायमधारा पद्धती

(A) (ii) (i) (iii) (iv) (B) (i) (ii) (iii) (iv)

(C) (ii) (iii) (i) (iv) (D) (iii) (ii) (i) (iv)

36) पुढील घटनांचा कालक्रमानुसार योग्य क्रम निश्चित करा.

(i) राजपूरघाटचा तह

(ii) चौथे म्हैसूर युद्ध

(iii) वसईचा तह

(iv) देगावचा तह

(A) (ii) (iii) (i) (iv)　　　　　(B) (iii) (ii) (iv) (i)
(C) (ii) (iii) (iv) (i)　　　　　(D) (i) (ii) (iii) (iv)

37) खालील घटनांचा कालक्रमानुसार योग्य क्रम निश्चित करा.
   (i)  अवधचे राज्य खालसा
   (ii) झाशी संस्थान खालसा
   (iii) नागपूरचे राज्य खालसा
   (iv) सातारा संस्थान खालसा
   (A) (iv) (ii) (i) (iii)　　　　(B) (iv) (ii) (iii) (i)
   (C) (i) (ii) (iii) (iv)　　　　(D) (ii) (iv) (iii) (i)

38) खालील घटनांचा कालक्रमानुसार योग्य क्रम निश्चित करा.
   (i)  सुरतमधील निःशस्त्र उठाव
   (ii) चुआरांचा उठाव
   (iii) संथाळांचा उठाव
   (iv) कोळ्यांचा उठाव
   (A) (ii) (iv) (i) (iii)　　　　(B) (iv) (ii) (i) (iii)
   (C) (i) (iv) (ii) (iii)　　　　(D) (ii) (i) (iv) (iii)

39) खालील घटनांचा कालक्रमानुसार योग्य क्रम निश्चित करा.
   (i)  पहिले अफगाण युद्ध　　　(ii)  पहिले गुरखा युद्ध
   (iii) पहिले ब्रह्मी युद्ध　　　　(iv) दुसरे ब्रह्मी युद्ध
   (A) (ii) (iii) (iv) (i)　　　　(B) (iii) (ii) (i) (iv)
   (C) (i) (ii) (iii) (iv)　　　　(D) (ii) (iii) (i) (iv)

40) खालील घटनांचा कालक्रमानुसार योग्य क्रम निश्चित करा.
   (i)  हिंदु बालिका विद्यालयाची स्थापना　　(ii) आत्मीय सभेची स्थापना
   (iii) वेदान्त कॉलेजची स्थापना　　　　(iv) हिंदू कॉलेजची स्थापना
   (A) (iii) (iv) (i) (ii)　　　　(B) (ii) (iii) (iv) (i)
   (C) (ii) (iv) (iii) (i)　　　　(D) (ii) (iv) (i) (iii)

41) खालील घटनांचा कालक्रमानुसार योग्य क्रम निश्चित करा. (स्थापना)
   (i)  ग्रँट मेडिकल कॉलेज, मुंबई
   (ii) मुंबई विद्यापीठ
   (iii) कोलकाता विद्यापीठ
   (iv) चेन्नई विद्यापीठ

(A) (iii) (iv) (i) (ii)        (B) (i) (iii) (ii) (iv)

(C) (iv) (iii) (ii) (i)        (D) (iii) (i) (ii) (iv)

42) खालील घटनांचा कालक्रमानुसार योग्य क्रम निश्चित करा.

(i) मद्रास गॅझेट

(ii) बेंगॉल गॅझेट

(iii) बॉम्बे हेरॉल्ड

(iv) ऑम्नीबस

(A) (ii) (iii) (i) (iv)        (B) (ii) (iii) (iv) (i)

(C) (iii) (i) (ii) (iv)        (D) (ii) (i) (iii) (iv)

43) खालील घटनांची कालक्रमानुसार योग्य रचना करा.

(i) दुष्काळ समिती (famine commission)

(ii) दुष्काळ संहिता (famine code)

(iii) पहिला फॅक्टरी ॲक्ट

(iv) व्हर्नाक्युलर प्रेस ॲक्ट

(A) (iii) (i) (ii) (iv)        (B) (iv) (i) (ii) (iii)

(C) (i) (ii) (iii) (iv)        (D) (iv) (i) (iii) (ii)

44) खालील घटनांची कालक्रमानुसार योग्य रचना करा.

(i) काँग्रेसची स्थापना

(ii) पंजाब कुळकायदा

(iii) लोकसेवा आयोगाची स्थापना

(iv) एज ऑफ कन्सेंट ॲक्ट

(A) (i) (ii) (iv) (iii)        (B) (i) (iii) (ii) (iv)

(C) (i) (ii) (iii) (iv)        (D) (i) (iv) (iii) (ii)

45) खालील घटनांची कालक्रमानुसार योग्य रचना करा.

(i) रॉयल नेव्हीची स्थापना

(ii) बंगालची फाळणी

(iii) विद्यापीठ कायदा

(iv) स्कॉट-मॉन्क्रीएव समिती

(A) (iv) (iii) (ii) (i)        (B) (ii) (iv) (i) (iii)

(C) (i) (iv) (iii) (ii)        (D) (iv) (iii) (i) (ii)

46) खालील संस्थांचा कालक्रमानुसार योग्य क्रम निश्चित करा.

(i) ब्रिटिश इंडिया सोसायटी

(ii) ब्रिटिश इंडियन असोसिएशन

(iii) लँडहोल्डर्स असोसिएशन

(iv) मद्रास नेटिव असोसिएशन

(A) (iii) (i) (ii) (iv)　　　(B) (iii) (i) (iv) (ii)

(C) (i) (iii) (ii) (iv)　　　(D) (i) (ii) (iii) (iv)

47) खालील घटनांचा कालक्रमानुसार योग्य क्रम निश्चित करा.

(i) लो. टिळकांना मंडाले येथे कारावासाची शिक्षा

(ii) सुरत येथील फूट

(iii) बंगालची फाळणी

(iv) मुस्लिम लीगची स्थापना

(A) (i) (iv) (ii) (iii)　　　(B) (iii) (iv) (ii) (i)

(C) (iii) (iv) (i) (ii)　　　(D) (iii) (iv) (i) (ii)

48) खालील घटनांची कालानुक्रमे मांडणी करा.

(i) माँटेग्यू घोषणा

(ii) होमरूल लीगची स्थापना (टिळक)

(iii) माँटफर्ड अहवाल

(iv) काँग्रेसमधील दुसरी फूट

(A) (i) (ii) (iii) (iv)　　　(B) (ii) (i) (iv) (iii)

(C) (ii) (i) (iii) (iv)　　　(D) (i) (ii) (iv) (iii)

49) खालील घटनांची कालानुक्रमे योग्य रचना करा.

(i) चौरीचौरा प्रकरण

(ii) रौलट ॲक्ट

(iii) लोकमान्य टिळकांचा मृत्यू

(iv) जालियनवाला बाग हत्याकांड

(A) (i) (ii) (iii) (iv)　　　(B) (iii) (iv) (ii) (i)

(C) (ii) (i) (iii) (iv)　　　(D) (ii) (iv) (iii) (i)

50) खालील घटनांची कालानुक्रमे योग्य रचना करा.

(i) सायमन कमिशन

(ii) भारतीय साम्यवादी पक्षाची स्थापना

(iii) बंगाल करार

(iv) ब्रुसेल्स परिषद

(A) (iv) (ii) (iii) (i)      (B) (iii) (ii) (iv) (i)

(C) (iv) (iii) (ii) (i)      (D) (iii) (iv) (ii) (i)

51) खालील घटनांची कालानुक्रमे योग्य रचना करा.

(i) गांधी-आयर्विन करार

(ii) धारासना सत्याग्रह

(iii) दांडी यात्रा

(iv) पहिली गोलमेज परिषद

(A) (iii) (ii) (iv) (i)      (B) (ii) (iii) (iv) (i)

(C) (iii) (ii) (i) (iv)      (D) (i) (ii) (iii) (iv)

52) पुढील घटनांची कालानुक्रमे योग्य क्रमाने रचना करा.

(i) दुसरी गोलमेज परिषद

(ii) पुणे करार

(iii) जातीय निवाडा

(iv) श्वेतपत्रिका

(A) (ii) (iv) (i) (iii)      (B) (iii) (ii) (i) (iv)

(C) (i) (iii) (ii) (iv)      (D) (i) (ii) (iii) (iv)

53) पुढील घटनांची कालानुक्रमे योग्य क्रमाने रचना करा.

(i) रामगड अधिवेशन

(ii) व्हाइसरॉयची ऑक्टोबर घोषणा

(iii) ऑगस्ट घोषणा

(iv) क्रिप्स योजना

(A) (iv) (ii) (iii) (i)      (B) (ii) (i) (iii) (iv)

(C) (i) (ii) (iii) (iv)      (D) (iii) (ii) (i) (iv)

54) पुढील घटनांची कालानुक्रमे योग्य रचना करा.

(i) राजगोपालाचारी योजना

(ii) देसाई-लियाकत अली योजना

(iii) वेव्हेल योजना

(iv) वेव्हेल घोषणा

(A) (iv) (iii) (ii) (i)          (B) (ii) (i) (iv) (iii)

(C) (i) (ii) (iv) (iii)          (D) (i) (ii) (iii) (iv)

❑❑

उत्तरे :

| | | |
|---|---|---|
| 1) ñ C | 19) ñ C | 37) ñ B |
| 2) ñ B | 20) ñ B | 38) ñ A |
| 3) ñ A | 21) ñ A | 39) ñ D |
| 4) ñ D | 22) ñ A | 40) ñ C |
| 5) ñ C | 23) ñ B | 41) ñ B |
| 6) ñ B | 24) ñ C | 42) ñ A |
| 7) ñ A | 25) ñ D | 43) ñ D |
| 8) ñ C | 26) ñ B | 44) ñ B |
| 9) ñ A | 27) ñ C | 45) ñ C |
| 10) ñ D | 28) ñ C | 46) ñ A |
| 11) ñ C | 29) ñ A | 47) ñ B |
| 12) ñ C | 30) ñ B | 48) ñ C |
| 13) ñ B | 31) ñ C | 49) ñ D |
| 14) ñ D | 32) ñ D | 50) ñ B |
| 15) ñ A | 33) ñ D | 51) ñ A |
| 16) ñ B | 34) ñ B | 52) ñ C |
| 17) ñ A | 35) ñ A | 53) ñ B |
| 18) ñ D | 36) ñ C | 54) ñ D |

# जोड्या लावा

1) जोड्या लावा.

| दर्शने | कर्ता |
|---|---|
| a) वैशेषिक | i) बादरायण |
| b) मीमांसा | ii) कपिल |
| c) न्याय | iii) गौतम |
| d) उत्तर मीमांसा | iv) कणाद |
| | v) जैमिनी |

| | a) | b) | c) | d) |
|---|---|---|---|---|
| A) | v | iv | i | iii |
| B) | iv | v | iii | i |
| C) | iv | v | ii | i |
| D) | i | ii | iii | iv |

2) जोड्या लावा.

| पुरोहित | वेद |
|---|---|
| a) होता | i) अथर्ववेद |
| b) उद्गाता | ii) सामवेद |
| c) अध्वर्यू | iii) ऋग्वेद |
| | iv) यजुर्वेद |

| | a) | b) | c) |
|---|---|---|---|
| A) | i | iii | iv |
| B) | i | ii | iv |
| C) | iii | ii | iv |
| D) | ii | iii | iv |

3) जोड्या लावा.

| महाजनपद | राजधानी |
|---|---|
| a) अंग | i) श्रावस्ती |
| b) कोसल | ii) चंपा |
| c) वत्स | iii) द्वारका |
| d) कांबोज | iv) कौशांबी |

|     | a)  | b)  | c)  | d)  |
|-----|-----|-----|-----|-----|
| A)  | ii  | i   | iv  | iii |
| B)  | i   | ii  | iv  | iii |
| C)  | ii  | i   | iii | iv  |
| D)  | i   | ii  | iii | iv  |

4) जोड्या लावा.

| अधिकारी | जबाबदारी |
|---------|----------|
| a) सन्निधाता | i) महसूल वसुली |
| b) प्रतिहार | ii) सीमेचे रक्षण |
| c) समाहर्ता | iii) राजमहालाचे रक्षण |
| d) अंतपाल | iv) कोशागाराचे व्यवस्थापन |

|     | a)  | b)  | c)  | d)  |
|-----|-----|-----|-----|-----|
| A)  | i   | ii  | iii | iv  |
| B)  | iv  | iii | i   | ii  |
| C)  | i   | iii | iv  | ii  |
| D)  | iv  | ii  | i   | iii |

5) जोड्या लावा.

| अधिकारी | जबाबदारी |
|---------|----------|
| a) बलद्धिकर्णिक | i) सैन्य कोशागाराधिकारी |
| b) महादंडनायक | ii) सैन्यदलप्रमुख |
| c) रणभांडारिक (Governer) | iii) प्रांतीय राज्यपाल |
| d) उपरिक | iv) न्यायाधीश |

|     | a)  | b)  | c)  | d)  |
|-----|-----|-----|-----|-----|
| A)  | i   | ii  | iii | iv  |
| B)  | i   | iv  | iii | ii  |
| C)  | ii  | iii | i   | iv  |
| D)  | ii  | iv  | i   | iii |

6) जोड्या लावा.

ग्रंथ                     कर्ता
a) पंचार्थ विद्या          i) वाजसनेयी प्रतिशाख्य
b) कात्यायन              ii) लकुलीश
c) छंद:सूत्रे              iii) अश्वघोष
d) सौंदरानंद काव्य         iv) पिंगल

|  | a) | b) | c) | d) |
|---|---|---|---|---|
| A) | iii | iv | ii | iii |
| B) | iv | i | iii | ii |
| C) | ii | i | iv | iii |
| D) | ii | iii | iv | i |

7) जोड्या लावा.

राज्य                    राजा
a) अवमुक्त               i) स्वामिदत्त
b) कोट्टुर               ii) नीलराज
c) देवराष्ट्र             iii) धनंजय
d) कोस्थळपूर             iv) कुरल

|  | a) | b) | c) | d) |
|---|---|---|---|---|
| A) | ii | i | iv | iii |
| B) | ii | i | iii | iv |
| C) | i | ii | iv | iii |
| D) | i | ii | iii | iv |

8) जोड्या लावा.

गुप्त अधिकारी            खाते
a) ताडयुक्तक             i) जंगल व किल्ले
b) गौल्मिक               ii) जमीन महसूल
c) ऊर्णस्थानिक           iii) कोशागाराधिकारी
d) उद्रंगिक              iv) रेशीम उत्पादन व नियंत्रण

|  | a) | b) | c) | d) |
|---|---|---|---|---|
| A) | i | iv | iii | ii |

B) iii i iv ii
C) i iii iv ii
D) iii i ii iv

9) जोड्या लावा.

| अभिलेख | अभिलेखातील विषय |
|---|---|
| a) इंदोर ताम्रपट | i) लाट विषयाचा उल्लेख |
| b) मंदसोर शिलालेख | ii) कार्तिकेय मंदिराचा उल्लेख |
| c) भिटारी स्तंभालेख | iii) तैलिक श्रेणीचा उल्लेख |
| d) भिलसा स्तंभालेख | iv) पुष्यमित्रांबरोबर लढाई |

| | a) | b) | c) | d) |
|---|---|---|---|---|
| A) | iv | ii | i | iii |
| B) | i | iii | iv | ii |
| C) | iii | i | ii | iv |
| D) | iii | i | iv | ii |

10) जोड्या लावा.

| ग्रंथ | ग्रंथाकार |
|---|---|
| a) कथासरित्सागर | i) शारंगदेव |
| b) बृहत्कथामंजिरी | ii) वाग्भट |
| c) संगीतरत्नाकर | iii) क्षेमेंद्र |
| d) अष्टांगसंग्रह | iv) सोमदेव |

| | a) | b) | c) | d) |
|---|---|---|---|---|
| A) | iii | i | ii | iv |
| B) | iii | iv | i | ii |
| C) | iv | iii | i | ii |
| D) | iii | iv | ii | i |

11) जोड्या लावा.

| संबंधांचा प्रकार | संमिश्रित जात |
|---|---|
| a) ब्राह्मण+वैश्य | i) चांडाळ |
| b) ब्राह्मण+शूद्र | ii) अंबस्थ |
| c) क्षत्रिय+ब्राह्मण | iii) सूत |

d) वैश्य+ब्राह्मण iv) निषाद

सर्व जोड्या पितृकुल+मातृकुल अशा गृहीत धराव्यात.

|  | a) | b) | c) | d) |
|---|---|---|---|---|
| A) | i | ii | iii | iv |
| B) | ii | iv | iii | i |
| C) | iv | i | ii | iii |
| D) | iv | ii | iii | i |

12) जोड्या लावा.

| विवाहाचा प्रकार | वर्णन |
|---|---|
| a) दैवविवाह | i) गाय व बैल हुंडा म्हणून घेऊन होणारा विवाह |
| b) आर्षविवाह | ii) वधू खरेदी करुन होणारा विवाह |
| c) ब्राह्मविवाह | iii) दक्षिणा म्हणून पुरोहिताला कन्या देणे |
| d) असुर विवाह | iv) समान वर्णांत हुंडा घेऊन होणारा विवाह |

|  | a) | b) | c) | d) |
|---|---|---|---|---|
| A) | iii | i | iv | ii |
| B) | i | iii | ii | iv |
| C) | iii | i | ii | iv |
| D) | i | ii | iii | iv |

13) जोड्या लावा.

| वेद | ब्राह्मण |
|---|---|
| a) ऋग्वेद | i) गोपथ ब्राह्मण |
| b) सामवेद | ii) शतपथ ब्राह्मण |
| c) यजुर्वेद | iii) ऐतरेय ब्राह्मण |
| d) अथर्ववेद | iv) जैमिनीय ब्राह्मण |

|  | a) | b) | c) | d) |
|---|---|---|---|---|
| A) | iv | ii | i | iii |
| B) | iii | iv | ii | i |
| C) | iv | iii | ii | i |
| D) | iii | iv | i | ii |

14) जोड्या लावा.

| यज्ञ | मिळणारा दर्जा |
|---|---|
| a) राजसूय | i) सव्राट |
| b) वाजपेय | ii) राजा |
| c) अश्वमेध | iii) सम्राट |
| d) पुरुषमेध | iv) विराट |

| | a) | b) | c) | d) |
|---|---|---|---|---|
| A) | iv | ii | i | iii |
| B) | iii | ii | i | iv |
| C) | ii | iii | i | iv |
| D) | ii | iii | iv | i |

15) जोड्या लावा.

| | |
|---|---|
| a) यक्ष | i) कंकारी टिला |
| b) जैन आयागपट्ट | ii) रामपूर्वा |
| c) वृषभस्तंभ | iii) पारखम |
| d) यक्षी | iv) दीदारगंज |

| | a) | b) | c) | d) |
|---|---|---|---|---|
| A) | iv | ii | iii | i |
| B) | iii | i | iv | ii |
| C) | i | iii | ii | iv |
| D) | iii | i | ii | iv |

16) जोड्या लावा.

| | |
|---|---|
| a) लोमशऋषी गुंफा | i) उदयगिरी |
| b) सुधम्म चैत्य शिल्प | ii) बिहार |
| c) राणीगुंफा | iii) खंडगिरी |
| d) अनंतगुंफा | iv) भारहूत |
| | v) सांची |

| | a) | b) | c) | d) |
|---|---|---|---|---|
| A) | ii | iv | iii | i |
| B) | ii | v | iii | i |

C) ii    iv    i     iii
D) ii    v     i     iii

17) जोड्या लावा.

| | | |
|---|---|---|
| a) पापनाथ मंदिर | | i) आलमपूर |
| b) विश्वब्रह्मा मंदिर | | ii) ग्वाल्हेर |
| c) तेली-का-मंदिर | | iii) पट्टडकल |
| d) वेताळ देऊळ | | iv) भुवनेश्वर |

|  | a) | b) | c) | d) |
|---|---|---|---|---|
| A) | iii | i | ii | iv |
| B) | i | iii | ii | iv |
| C) | ii | iii | i | iv |
| D) | i | ii | iii | iv |

18) जोड्या लावा.

| | |
|---|---|
| a) विरूपाक्ष मंदिर | i) बदामी |
| b) केशवमंदिर | ii) पट्टडकल |
| c) बृहदीश्वर मंदिर | iii) सोमनाथपुरम |
| d) कैलाशनाथ मंदिर | iv) तंजावर |
| | v) कांची |

|  | a) | b) | c) | d) |
|---|---|---|---|---|
| A) | iii | i | iv | v |
| B) | ii | iii | iv | v |
| C) | ii | i | iv | v |
| D) | i | iii | iv | v |

19) जोड्या लावा.

| ग्रंथ | कर्ता |
|---|---|
| a) तबाकत-इ-नसीरी | i) याह्या बिन अहमद सरहिंदी |
| b) तारीख-इ-यमनी | ii) झियाउद्दीन बरानी |
| c) तारीख-इ-मुबारकशाही | iii) मिन्हाज-उस-सिराज |
| d) तारीख-इ-फिरोझशाही | iv) उदबी |

|     | a) | b) | c) | d) |
|-----|-----|-----|-----|-----|
| A) | iv | iii | i | ii |
| B) | iv | iii | ii | i |
| C) | iii | iv | ii | i |
| D) | iii | iv | i | ii |

20) जोड्या लावा.

| ग्रंथ | कर्ता |
|-------|-------|
| a) रोझात-उस-सफा | i) खोंडा मीर |
| b) खुलासल-उल-अखबार | ii) सय्यद अली तबतबा |
| c) तारीख-इ-सिंध | iii) मीर ख्वार्द |
| d) बरहान-इ-मासर | iv) मीर मोहंमद मासुम |

|     | a) | b) | c) | d) |
|-----|-----|-----|-----|-----|
| A) | iii | i | iv | ii |
| B) | i | iii | iv | ii |
| C) | iii | i | ii | iv |
| D) | iv | i | iii | ii |

21) जोड्या लावा.

| ग्रंथ | कर्ता |
|-------|-------|
| a) हुमायूननामा | i) मीर ख्वार्द |
| b) कानून-इ-हुमायूनी | ii) मिर्झा हैदर दुगलत |
| c) तारीख-इ-हुमायूनी | iii) गुलबदन बेगम |
| d) तारीख-इ-रशिदी | iv) जौहर |
|  | v) निजामुद्दीन अहमद |

|     | a) | b) | c) | d) |
|-----|-----|-----|-----|-----|
| A) | iii | i | iv | ii |
| B) | iii | iv | i | ii |
| C) | iii | v | i | ii |
| D) | iii | i | v | ii |

22) जोड्या लावा.

| ग्रंथ | कर्ता |
|-------|-------|
| a) तबाकत-इ-अकबरी | i) खाफीखान |

b) मुंतखाब-उल-तवारीख     ii) निजामुद्दीन अहमद
c) मुंतखाब-उल-लुबाब     iii) भीमसेन सक्सेना
d) नुक्षा-इ-दिलकशा     iv) बदौनी
                    v) मोहंमद सलीम
                    vi) अबुल फजल

|     | a) | b) | c) | d) |
|-----|-----|-----|-----|-----|
| A)  | vi  | iv  | i   | iii |
| B)  | v   | iv  | i   | iii |
| C)  | ii  | iv  | i   | iii |
| D)  | i   | iv  | ii  | iii |

23) जोड्या लावा.

a) जिली इलाह     i) मलिक काफूर
b) लाखबक्ष     ii) हुमायून
c) हजार दीनारी     iii) बल्बन
d) जालीम     iv) कुतुबुद्दीन ऐबक

|     | a) | b) | c) | d) |
|-----|-----|-----|-----|-----|
| A)  | iv  | iii | ii  | i   |
| B)  | iii | iv  | i   | ii  |
| C)  | iv  | iii | i   | ii  |
| D)  | iii | iv  | ii  | i   |

24) जोड्या लावा.

a) टंका     i) फिरोझशाह तुघलक
b) सराई-अदिल     ii) अल्तमश
c) दिवान-इ-कोही     iii) अल्लाउद्दीन खलजी
d) आधा (नाणे)     iv) मोहंमद तुघलक

|     | a) | b) | c) | d) |
|-----|-----|-----|-----|-----|
| A)  | iv  | ii  | i   | iii |
| B)  | iii | ii  | i   | iv  |
| C)  | iii | ii  | iv  | i   |
| D)  | ii  | iii | iv  | i   |

25) जोड्या लावा.

a) आग्रा     i) इब्राहीम शाह
b) फतेहबाद     ii) नासिरुद्दीन नुश्रत शाह

c) कदम रसूल      iii) सिकंदर शाह
d) अटल मशीद      iv) फिरोझशाह तुघलक

|   | a) | b) | c) | d) |
|---|----|----|----|----|
| A) | iii | iv | i | ii |
| B) | iv | iii | i | ii |
| C) | iv | iii | ii | i |
| D) | i | iii | iv | ii |

26) जोड्या लावा.

a) तराईचे तिसरे युद्ध      i) हुमायून व मोहंमद लोदी
b) दोराचे युद्ध      ii) बाबर व महमूद लोदी
c) घागराचे युद्ध      iii) हुमायून व सिकंदर सूर
d) सरहिंदचे युद्ध      iv) अल्तमश व ताजुद्दीन यिल्दुझ
     v) अकबर व हेमू

|   | a) | b) | c) | d) |
|---|----|----|----|----|
| A) | iv | i | ii | v |
| B) | v | i | ii | iii |
| C) | iv | i | ii | iii |
| D) | v | ii | i | iv |

27) जोड्या लावा.

a) यात्राकर रद्द      i) १५६४
b) जिझिया कर रद्द      ii) १५७५
c) इबादत खाना      iii) १५८१
d) दीन-इ-इलाही      iv) १५६३

|   | a) | b) | c) | d) |
|---|----|----|----|----|
| A) | iv | ii | iii | i |
| B) | iv | i | ii | iii |
| C) | i | iv | ii | iii |
| D) | iv | i | iii | ii |

28) जोड्या लावा.
   a) काबूल बाग मशीद          i) नासिरुद्दीन नुसरत शाह
   b) पुराना किला             ii) बाबर
   c) मोती मशीद              iii) शाहजहान
   d) बडा सोना मशीद          iv) शेरशहा
                              v) अकबर

|     | a)  | b)  | c)   | d)  |
|-----|-----|-----|------|-----|
| A)  | ii  | v   | iii  | iv  |
| B)  | ii  | iv  | iii  | v   |
| C)  | ii  | v   | iii  | i   |
| D)  | ii  | iv  | iii  | i   |

29) जोड्या लावा.
   a) गुरू रामदास            i) आदिग्रंथ पूर्ण
   b) गुरू हरगोविंद          ii) अकाल तख्ताची बांधणी
   c) गुरू अर्जुन            iii) उदासी पंथ बहिष्कृत
   d) गुरू अंगद             iv) अमृतसरची उभारणी

|     | a)  | b)  | c)   | d)   |
|-----|-----|-----|------|------|
| A)  | iv  | ii  | i    | iii  |
| B)  | iv  | ii  | iii  | i    |
| C)  | ii  | iv  | i    | iii  |
| D)  | ii  | iv  | iii  | i    |

30) जोड्या लावा.
   सुफी संत
   a) सिराजुद्दीन आखी सिरा    i) फिरदौसी
   b) शेख हर्फुद्दीन याह्या    ii) चिश्ती
   c) मियां मीर             iii) नक्षबंदी
   d) ख्वाजा बाकी बिल्लाह     iv) शत्तारी
                             v) कादिरी

|     | a)  | b)  | c)   | d)   |
|-----|-----|-----|------|------|
| A)  | ii  | i   | iv   | v    |
| B)  | ii  | i   | v    | iii  |

C) ii    i    iv    iii

D) ii    i    iii    v

31) जोड्या लावा.(मुघल प्रशासन)

| अधिकारी | खाते |
|---|---|
| a) दिवान-इ-आला | i) धार्मिक देणग्या |
| b) मुहतसीब | ii) टांकसाळ |
| c) सद्र-उस-सदर | iii) महसूल व कोशागार |
| d) दरोगा | iv) सार्वजनिक नीतीखाते |
| | v) तोफखाना |

| | a) | b) | c) | d) |
|---|---|---|---|---|
| A) | iv | ii | i | iii |
| B) | v | iv | i | ii |
| C) | iii | iv | i | ii |
| D) | iii | iv | i | v |

32) जोड्या लावा.(मुघल प्रशासन)

| अधिकारी | कर्तव्ये |
|---|---|
| a) अमील | i) खजिनदार |
| b) बितिक्ची | ii) महसुलाचा आराखडा बनवणे |
| c) पोतदार | iii) महसूल वसुली |
| d) बक्षी | iv) प्रांतिक लष्करी वेतन |
| | v) धार्मिक वतने |

| | a) | b) | c) | d) |
|---|---|---|---|---|
| A) | i | ii | iii | iv |
| B) | iii | ii | i | iv |
| C) | i | ii | v | iv |
| D) | v | ii | iii | iv |

33) जोड्या लावा. (मुघल प्रशासन)

| सैनिक | वैशिष्ट्य |
|---|---|
| a) अहदी | i) कुशल पण गरीब सैनिक |
| b) बारवर्दी | ii) हंगामी सैनिक |

c) दखिली         iii) नोंदणीकृत घोडा असलेले पण
मनसबदाराशी असंबंधित सैनिक

d) कुमाकी         iv) राजाचे वैयक्तिक सैनिक

|   | a) | b) | c) | d) |
|---|----|----|----|----|
| A) | iv | ii | iii | i |
| B) | ii | i | iii | iv |
| C) | i | iv | iii | ii |
| D) | iv | i | iii | ii |

34) जोड्या लावा.(सुलतानशाही प्रशासन)

| अधिकारी | जबाबदारी |
|---------|----------|
| a) दिवान-इ-रिसालत | i) सचिवालय |
| b) बरीद-इ-मामलिक | ii) माहिती खाते |
| c) दिवान-इ-इन्शा | iii) गजदलाचे व्यवस्थापन |
| d) शाहना-इ-पिलन | iv) परराज्य संबंध |
| | v) धार्मिक दानधर्म |

|   | a) | b) | c) | d) |
|---|----|----|----|----|
| A) | iv | ii | i | iii |
| B) | v | ii | i | iv |
| C) | v | ii | i | iii |
| D) | iii | ii | i | iv |

35) जोड्या लावा.

| वास्तू | संबंधित सुलतान |
|--------|----------------|
| a) कुवत-उल-इस्लाम मशीद | i) अल्तमश |
| b) जमैत खाना मशीद | ii) मोहंमद तुघलक |
| c) तुघलकाबाद | iii) अल्लाउद्दीन खलजी |
| d) कुतुबमिनार | iv) कुतुबुद्दीन ऐबक |
| | v) गियासुद्दीन तुघलक |

|   | a) | b) | c) | d) |
|---|----|----|----|----|
| A) | iii | ii | v | i |
| B) | iv | iii | v | i |

C) iv    iii    ii    i
D) ii    iv    iii    i

36) जोड्या लावा.

| वास्तू | संबंधित सुलतान |
|--------|----------------|
| a) अढाई दिन का झोपडा | i) कृष्णदेवराय |
| b) अलाई दरवाजा | ii) मुहंमद अदिलशाह |
| c) विठ्ठल मंदिर | iii) सिकंदर अदिलशहा |
| d) गोल घुमट | iv) कुतुबुद्दीन ऐबक |
| | v) अल्लाउद्दीन खलजी |
| | vi) देवराय I |
| | vi) हरिहर I |

|   | a) | b) | c) | d) |
|---|-----|-----|------|-----|
| A) | iv | v | i | ii |
| B) | iv | v | vi | iii |
| C) | iv | v | vii | ii |
| D) | iv | iii | vi | ii |

37) जोड्या लावा.

| a) गायकवाड | i) ग्वाल्हेर |
|------------|-------------|
| b) शिंदे | ii) इंदौर |
| c) भोसले | iii) नागपूर |
| d) होळकर | iv) बडोदा |

|   | a) | b) | c) | d) |
|---|-----|------|------|-----|
| A) | iv | i | iii | ii |
| B) | i | iii | iv | ii |
| C) | iv | ii | i | iii |
| D) | iv | i | iii | ii |

38) जोड्या लावा.

| उठावाचे केंद्र | नेता |
|---------------|------|
| a) फैजाबाद | i) नानासाहेब पेशवा |
| b) बिहार | ii) मौलवी अहमदशाह |

c) कानपूर — iii) बख्तखान

d) दिल्ली — iv) कुंवरसिंह

| | a) | b) | c) | d) |
|---|---|---|---|---|
| A) | iv | i | ii | iii |
| B) | ii | iv | i | iii |
| C) | ii | iv | iii | i |
| D) | iv | ii | i | iii |

39) जोड्या लावा.

a) सुरतेचा तह — i) दुसरा बाजीराव व इंग्रज

b) सालबाईचा तह — ii) पेशवे व इंग्रज

c) वसईचा तह — iii) राघोबा व इंग्रज

d) मंगलोरचा तह — iv) हैदर व इंग्रज

v) टिपू व इंग्रज

| | a) | b) | c) | d) |
|---|---|---|---|---|
| A) | ii | i | iii | v |
| B) | ii | i | iii | iv |
| C) | iii | ii | i | v |
| D) | iii | ii | i | iv |

40) जोड्या लावा.

a) दुसरे म्हैसूर युद्ध — i) लॉर्ड कॉर्नवॉलिस

b) तिसरे इंग्रज मराठा युद्ध — ii) वॉरन हेस्टिंग्ज

c) पहिले ब्रह्मी युद्ध — iii) लॉर्ड ऑकलंड

d) पहिले अफगाण युद्ध — iv) लॉर्ड हेस्टिंग्ज

v) लॉर्ड ॲम्हर्स्ट

| | a) | b) | c) | d) |
|---|---|---|---|---|
| A) | ii | iv | v | iii |
| B) | i | iv | v | iii |
| C) | iv | i | v | iii |
| D) | ii | iv | iii | v |

41) जोड्या लावा.

a) चुआरांचा उठाव      i) तीरथ सिंग
b) खोंडांचा उठाव      ii) जगन्नाथ धाल
c) खासींचा उठाव      iii) उमाजी नाईक
d) रामोश्यांचा उठाव      iv) दोरा बिसाई

|    | a) | b) | c) | d) |
|----|----|----|----|----|
| A) | i | ii | iv | iii |
| B) | ii | iv | i | iii |
| C) | ii | i | iv | iii |
| D) | iv | i | ii | iii |

42) जोड्या लावा.

संस्था      संस्थापक

a) हिंदू बालिका विद्यालय      i) विल्यम जोन्स
b) वेदान्त कॉलेज      ii) ईश्वरचंद्र विद्यासागर
c) बेंगॉल एशियाटिक सोसायटी      iii) वॉरन हेस्टिंग्ज
d) कलकत्ता मदरसा      iv) राजा राममोहन रॉय

|    | a) | b) | c) | d) |
|----|----|----|----|----|
| A) | iii | i | iv | ii |
| B) | i | ii | iii | iv |
| C) | ii | iii | iv | i |
| D) | ii | iv | i | iii |

43) जोड्या लावा.

कायदा      व्हाईसरॉय

a) स्टॅच्युटरी सिव्हिल सर्व्हिस ॲक्ट      i) लॅन्सडॉऊन
b) पंजाब लँड एलिनेशन ॲक्ट      ii) लॉर्ड कॅनिंग
c) एज ऑफ कन्सेंट ॲक्ट      iii) लॉर्ड लिटन
d) बेंगॉल रेंट ॲक्ट      iv) लॉर्ड कर्झन

|    | a) | b) | c) | d) |
|----|----|----|----|----|
| A) | ii | i | iii | iv |
| B) | iv | iii | i | ii |

| | | | | |
|---|---|---|---|---|
| C) | iii | iv | i | ii |
| D) | iii | iv | ii | i |

44) जोड्या लावा.

| संस्था | संस्थापक |
|---|---|
| a) लँडहोल्डर्स असोसिएशन | i) जगन्नाथ शंकरशेट |
| b) बॉम्बे असोसिएशन | ii) गणेश वासुदेव जोशी |
| c) सार्वजनिक सभा | iii) द्वारकानाथ टागोर |
| d) राजमुंद्री सोशल रिफॉर्म असोसिएशन | iv) रामस्वामी नायकर |
| | v) वीरेशलिंगम पंतलू |

| | a) | b) | c) | d) |
|---|---|---|---|---|
| A) | iii | i | ii | v |
| B) | iii | i | ii | iv |
| C) | iii | i | v | ii |
| D) | iii | i | iv | v |

45) जोड्या लावा.

| | |
|---|---|
| a) हिंदू असोसिएशन | i) ना. म. जोशी |
| b) हिंदू सोशल रिफॉर्म असोसिएशन | ii) रमाबाई रानडे |
| c) सोशल सर्व्हिस लीग | iii) पंडिता रमाबाई |
| d) पुणे सेवासदन | iv) ॲनी बेझंट |
| | v) सी. शंकरन नायर |

| | a) | b) | c) | d) |
|---|---|---|---|---|
| A) | v | iv | i | ii |
| B) | iv | v | i | ii |
| C) | iv | v | i | iii |
| D) | v | iv | i | iii |

46) जोड्या लावा.

| वृत्तपत्र | संस्थापक |
|---|---|
| a) अमृतबझार पत्रिका | i) सच्चिदानंद सिन्हा |
| b) स्वदेशमित्रन | ii) रॉबर्ट नाइट |
| c) टाइम्स ऑफ इंडिया | iii) शिशिरकुमार घोष |

d) हिंदुस्थान रिव्ह्यू

iv) तेजबहादूर सप्रू

v) सुब्रमण्यम अय्यर

|  | a) | b) | c) | d) |
|---|---|---|---|---|
| A) | iv | ii | i | v |
| B) | iii | v | ii | iv |
| C) | v | iii | ii | iv |
| D) | iii | v | ii | i |

47) जोड्या लावा.

अधिवेशन

ठराव/बदल

a) नागपूर

i) पूर्ण स्वराज्याचा ठराव

b) काकीनाडा

ii) राष्ट्रीय नियोजन समिती

c) लाहोर

iii) स्वराज्य पक्षाची स्थापना

d) हरिपुरा

iv) पक्षाची नवी घटना

|  | a) | b) | c) | d) |
|---|---|---|---|---|
| A) | ii | iv | i | iii |
| B) | iii | iv | i | ii |
| C) | iv | iii | i | ii |
| D) | iv | iii | ii | i |

48) जोड्या लावा.

सत्याग्रह

नेता

a) धारासना

i) के. केलप्पन

b) वायकोम

ii) महात्मा गांधी

c) तिरुचिरापल्ली

iii) सरोजिनी नायडू

d) दांडी

iv) गोविंद वल्लभ पंत

v) सी. राजगोपालाचारी

|  | a) | b) | c) | d) |
|---|---|---|---|---|
| A) | iii | iv | i | ii |
| B) | iii | i | v | ii |
| C) | iii | v | i | ii |
| D) | iii | i | iv | ii |

49) जोड्या लावा.

| अधिवेशन | अध्यक्ष |
|---|---|
| a) रामगड | i) चित्तरंजन दास |
| b) बेळगाव | ii) सरोजिनी नायडू |
| c) कानपूर | iii) मौलाना आझाद |
| d) गया | iv) महात्मा गांधी |
| | v) जवाहरलाल नेहरू |

| | a) | b) | c) | d) |
|---|---|---|---|---|
| A) | iii | iv | ii | i |
| B) | iii | iv | v | i |
| C) | iii | iv | ii | v |
| D) | iii | iv | i | v |

50) जोड्या लावा.

| | |
|---|---|
| a) व्हिटले समिती | i) शिक्षण |
| b) स्कॉट मॉन्क्रीएव समिती | ii) पोलिस सुधारणा |
| c) हाट्रोंग समिती | iii) मालक-मजूर संबंध |
| d) फ्रेझर समिती | iv) जलसिंचन |

| | a) | b) | c) | d) |
|---|---|---|---|---|
| A) | iv | ii | i | iii |
| B) | iii | iv | i | ii |
| C) | i | iv | iii | ii |
| D) | ii | iv | i | iii |

51) जोड्या लावा.

| वृत्तपत्र | संस्थापक |
|---|---|
| a) नॅशनल हेरॉल्ड | i) फिरोजशाह मेहता |
| b) युगांतर | ii) बारींद्रकुमार घोष |
| c) तलवार | iii) जवाहरलाल नेहरू |
| d) बॉम्बे क्रॉनिकल | iv) तारकानाथ दास |

|     | a) | b) | c) | d) |
|-----|----|----|----|----|
| A)  | iv | ii | i  | iii |
| B)  | i  | iii | iv | ii |
| C)  | iii | iv | ii | i  |
| D)  | iii | ii | iv | i  |

❑❑

उत्तरे :

| 1) | ñ B | 14) | ñ C | 27) | ñ B | 40) | ñ A |
|----|-----|-----|-----|-----|-----|-----|-----|
| 2) | ñ C | 15) | ñ D | 28) | ñ D | 41) | ñ B |
| 3) | ñ A | 16) | ñ C | 29) | ñ A | 42) | ñ D |
| 4) | ñ B | 17) | ñ A | 30) | ñ B | 43) | ñ C |
| 5) | ñ D | 18) | ñ B | 31) | ñ C | 44) | ñ A |
| 6) | ñ C | 19) | ñ D | 32) | ñ B | 45) | ñ B |
| 7) | ñ A | 20) | ñ A | 33) | ñ D | 46) | ñ D |
| 8) | ñ B | 21) | ñ B | 34) | ñ A | 47) | ñ C |
| 9) | ñ D | 22) | ñ C | 35) | ñ B | 48) | ñ B |
| 10) | ñ C | 23) | ñ B | 36) | ñ A | 49) | ñ A |
| 11) | ñ B | 24) | ñ D | 37) | ñ D | 50) | ñ B |
| 12) | ñ A | 25) | ñ A | 38) | ñ B | 51) | ñ D |
| 13) | ñ B | 26) | ñ C | 39) | ñ C |     |     |

## UPSC 2006

1) मंदिरांच्या संदर्भात खालील वैशिष्ट्यांचा विचार करा.

१) गोपुरम

२) कल्याणमंडप

३) आलंकारिक स्तंभ व छत (Ceilings)

४) स्तंभाच्या खाली करंडसज्जा (Placement of Corbel)

वरीलपैकी कोणती वैशिष्ट्ये विजयनगर मंदिरात आढळतात.

(A) फक्त १ व २ आणि ३ (B) फक्त ३ आणि ४

(C) फक्त १, २ आणि ४ (D) १, २, ३ आणि ४

2) श्रीवरने कोणत्या भाषेमध्ये तीनशे पन्नास पुस्तकांतील उताऱ्यांचे वेचे संग्रहित केले?

(A) तेलुगू (B) मराठी (C) संस्कृत (D) काश्मीरी

3) खालीलपैकी युरोपिअन यांत्रिक घड्याळ दक्षिण भारतात कोणी आणले होते, आणि ते केव्हा आणले गेले होते? (European Mechanical Clock)

(A) १७ व्या शतकात फ्रेंचांनी

(B) १६ व्या शतकात पोर्तुगिजांनी

(C) १८ व्या शतकात डचांनी

(D) १५ व्या शतकात इंग्रजांनी

4) गट अ (लेखक) व गट ब (कृती) यांच्या योग्य जोड्या लावा व खाली दिलेल्या पर्यायांपैकी योग्य पर्याय निवडा.

| गट अ (लेखक) | गट ब (कृती) |
|---|---|
| (A) महालिंगदेव | १. चन्नबसव पुराण |
| (B) नाचन्ना सोमनाथ | २. एकोत्तर सतस्थल |
| (C) रामराज भूषण | ३. उत्तर हरिवंशमू |
| (D) विरूपाक्ष पंडित | ४. वसुचरितमू |

| | A | B | C | D |
|---|---|---|---|---|
| A | 2 | 3 | 4 | 1 |
| B | 4 | 1 | 2 | 3 |
| C | 4 | 3 | 2 | 1 |
| D | 2 | 1 | 4 | 3 |

5) बाबरच्या दिल्लीविजयाच्या प्रसंगी कोणाची चित्रशैली तात्कालिक प्रेरणा देणारी होती?

   (A) मन्सूर          (B) सैयद अली

   (C) बिहजाद         (D) मिस्कीन

6) खालील विधानांचा विचार करा.

   १) गुजरातच्या व्यवस्थेसंदर्भात हस्तक्षेप करण्यासाठी अकबराला एदमाद खानने आमंत्रण दिले, जो गुजरातच्या मुहम्मद शाह-तिसरा याचा एक अमीर होता.

   २) जेव्हा हकीम मिर्जा यांचा मृत्यू झाला तेव्हा काबूलचा प्रदेश मुगल साम्राज्याला जोडला गेला आणि मानसिंहाला त्याचा गव्हर्नर म्हणून नियुक्त करण्यात आले.

   वरील विधानांपैकी कोणते विधान सत्य आहे?

   (A) फक्त १          (B) फक्त २

   (C) वरीलपैकी दोन्ही     (D) दोन्ही नाही

7) मराठ्यांच्या संदर्भात खालीलपैकी कोणते एक विधान सत्य नाही?

   (A) मराठा चळवळीकडून शहाजींद्वारे उडीसामध्ये एका वास्तविक स्वतंत्र राज्याच्या स्थापनेला सुरूवात झाली.

   (B) बाजीराव १७२० मध्ये पेशवा पदावर आरूढ झाला.

   (C) १७४१ मध्ये मराठ्यांकडून राजस्थान, दोआबचा काही भाग आणि पंजाबवर आधिपत्य मिळविण्याचा प्रयत्न झाला.

   (D) मराठा चळवळ ही मराठा सरदारांच्या नेतृत्वाखाली होणारी एक चळवळ होती.

8) खालील विधानांचा विचार करा.

   १) लॉर्ड डलहौसी सरकारने जनरल सर्विस एनलिस्टमेंट ॲक्ट संमत केला, ज्याने शिपायांना सरकारच्या आवश्यकतेनुसार कोणत्याही स्थानावर सेवा करण्यासाठी बाध्य केले.

   २) लॉर्ड कॅनिंग सरकारद्वारा पारित पोस्ट ऑफिस ॲक्ट ने शिपायांना उपलब्ध असलेली मोफत डाक-सेवा ही सुविधा परत घेतली.

   वरील विधानांपैकी कोणते सत्य आहे?

   (A) फक्त १          (B) फक्त २

   (C) दोन्ही १ आणि २    (D) दोन्ही नाही.

9) खालीलपैकी कोणती एक जोडी बरोबर नाही?

 (A) हुमायूननामा      :   गुलबदन बेगम

 (B) तबकात-ए-अकबरी    :   निजामउद्दीन अहमद

 (C) बादशाहनामा      :   अब्दुल हमीद लाहोरी

 (D) फुतूहात-ए आलमगीरी   :   मिर्जा मुहम्मद काजिम

10) प्रसिद्ध पुस्तक हम्जानामा, जे अकबराच्या आदेशानुसार अभूतपूर्व रूपात मोठ्या पडद्यावर चित्रित गेले गेले होते, मूळ रूपात कोणत्या भाषेत लिहिले गेले होते?

 (A) अरबी        (B) चगताई तुर्की

 (C) फारसी        (D) आटोमन तुर्की

11) कोणत्या मुगल सम्राटाने तंबाखूच्या वापरावर हरकत घेतली?

 (A) बाबर        (B) जहांगीर

 (C) औरंगजेब       (D) मुहम्मद शाह

12) गट अ (मुद्राएं (Coinage))आणि गट ब (चलनाचे प्रमुख क्षेत्र) यांच्या योग्य जोड्या जुळवा.

| गट अ (मुद्राएं) | गट ब (चलनाचे प्रमुख क्षेत्र) |
|---|---|
| (A) पगोडा | १. गुजरात |
| (B) महमूदी | २. विजयनगर |
| (C) मुजफ्फरी | ३. उत्तर भारत |
| (D) सिकंदरी | ४. माळवा |

| | A | B | C | D |
|---|---|---|---|---|
| A | 4 | 3 | 2 | 1 |
| B | 2 | 1 | 4 | 3 |
| C | 4 | 1 | 2 | 3 |
| D | 2 | 3 | 4 | 1 |

13) खालीलपैकी कोणत्या राज्याने कामतटचे राज्य पुनर्स्थापित केले, ज्याचा पंधराव्या शतकात ऱ्हास झाला होता?

 (A) खासी        (B) गारो

 (C) अहोम       (D) कूचबिहार

14) ख्वार्द मीरच्या हुमायूननामामध्ये अहल-ए मुराद म्हणून खालीलपैकी कोणत्या एका समुदायाचा अंतर्भाव होतो?

(A) राजपरिवार आणि अमीर वर्ग

(B) विद्वानांचा वर्ग आणि साहित्यिकांचा वर्ग

(C) कारागीर, सावकार आणि शेतकरी

(D) संगीतकार, नर्तक आणि शाहीर (minstrels)

15) राज्य महसुलाची कार्यप्रणाली सुधारण्यासाठी अल्लाउद्दीन खलजीने खालीलपैकी कोणत्या एका विभागाची स्थापना केली होती?

(A) दीवान-ए मुस्तखराज     (B) दीवान-ए कोही

(C) दीवान-ए अर्ज     (D) दीवान-ए इन्शा

16) भारतात मध्ययुगीन काळात देहलीवालचा अर्थ काय होत होता?

(A) दिल्लीमध्ये व्यवसाय करणारा एक जैन समुदाय

(B) दिल्लीमध्ये अस्तित्वात असलेली एक शाकाहारी स्वयंपाकाची व्यवस्था व पद्धती

(C) तुर्क विजयाच्या वेळी दिल्लीमध्ये प्रचलित असलेली मुद्रा

(D) दिल्ली नगराच्या सुरक्षिततेकरिता नियुक्त केलेला अफगाण योद्धा

17) कोणाच्या शासनकाळात दिल्ली सल्तनतच्या अमीर वर्गासाठी 'खान' ह्या पदवीचा प्रारंभ झाला?

(A) अल्लाउद्दीन खलजी     (B) बल्बन

(C) गियासुद्दीन तुघलक     (D) अल्तमश

18) दिल्ली सल्तनतच्या संदर्भात खालील घटनांचा विचार करा.

१) तिमूरकडून दिल्लीची लूट

२) हाजी मौलाचे बंड

४) अहमदाबादची स्थापना

वरील घटनांचा योग्य कालानुक्रम कोणता?

(A) १-३-२-४     (B) ३-१-४-२

(C) ३-१-२-४     (D) १-३-४-२

19) दिल्ली सल्तनतीत शुहना नावाच्या अधिकाऱ्याचे काम काय होते?

(A) राज्याच्या खर्चाची निगरानी करणे.

(B) सेनाच्या भुगतान अधिकाऱ्याचे कार्य

(C) सुलतानाच्या शाही जनान्याची देखरेख करणे.

(D) पोलिस विभागाचे पर्यवेक्षण

20) खालीलपैकी कोणते एक विधान फिरोज तुघलकाशी संबंधित नाही?

(A) त्याने धार्मिक व्यक्तींना देण्यात येणाऱ्या करमुक्त भूमीची पुनर्स्थापना केली.

(B) त्याने शरा द्वारा अस्वीकृत सर्व करांचा शेवट केला.

(C) त्याने शिक्षकांना दिले जाणारे अनुदान आणि विद्यार्थ्यांना देण्यात येणारी छात्रवृत्ती (Stipends) वाढविली.

(D) त्याने खुत, मुकादम आणि चौधरी यांना चराई कर (grazing tax) आणि गृह कर देण्यासाठी भाग पाडले.

21) नामदेवांचे समकालीन खालीलपैकी कोण होते?

(A) माधव             (B) निम्बार्क

(C) सेना              (D) रामदास

22) खालीलपैकी भारतातील सुहरावर्दी सिलसिलाचे संस्थापक शेख बहाउद्दीन झकारिया यांच्याशी संबंधित कोणते विधान बरोबर नाही?

(A) त्यांचा आत्म-संताप वर विश्वास होता.

(B) ते दारिद्र्याला आध्यात्मिक जीवनाकरिता एक आवश्यक साधन मानत नव्हते.

(C) स्वतःकडील संपत्तीचे ते असे समर्थन करीत की, यातून त्यांना गरीबांची अधिक सेवा करण्यास मदत मिळते.

(D) ते समाचा सिध्दान्त नाकारत नव्हते.

23) मध्ययुगीन राजकीय विचारवंतांकडून प्रतिपादित अदलचा (adl) सिध्दान्त काय व्यक्त करत होता?

(A) नैतिकता          (B) न्याय

(C) अभिजात वर्ग      (D) धार्मिक दायित्व

24) खालील यंत्रे / पद्धतीवर विचार करा.

१) बहु-तकली चक्र (Multi-spindle wheels)

२) तोडेदार बंदुका (Match-lock guns)

३) पाणचक्की आणि पवनचक्की (Watermills and windmills)

४) इंधन म्हणून कोळशाचा वापर

वरीलपैकी कोणते मुगलांना माहीत नव्हते?

(A) १ आणि २ (B) फक्त २ आणि ३

(C) २, ३ आणि ४ (D) १ आणि ४

25) शिवतत्त्वचिंतामणी जो लिंगायतच्या सिद्धांताशी आणि विधीशी संबंधित एक प्रबंध आहे, खालीलपैकी कोणाच्या शासन काळात लिहिले गेले?

(A) बुक्क-पहिला (B) देवराय-दुसरा

(C) हरिहर-दुसरा (D) देवराय-पहिला

26) अल्तमशच्या शासनकाळात खालीलपैकी कोणते एक चांदीचे नाणे वापरात होते?

(A) रुपया (B) जीतल

(C) मोहर (D) टंका

27) खालीलपैकी कोणत्या सुलतानाने जैन संत जंबूजीला जमिनी देणग्या म्हणून दिल्या होत्या?

(A) मुहम्मद बिन तुगलक (B) फिरोज शाह तुघलक

(C) सिकंदर लोदी (D) इब्राहीम लोदी

28) मध्ययुगीन भारताच्या कोणत्या संत कवीने षड्-दर्शनांच्या मूल्यांचा अस्वीकार केला आणि निपखच्या मार्गाचा पुरस्कार केला?

(A) कबीर (B) मलूकदास

(C) दादू दयाल (D) रैदास

29) खालीलपैकी कोणता एक प्रदेश तारीख-ए रशीदीचा लेखक मिर्झा हैदर दुगलतच्या कडून एक मध्ययुगीन सुलतान म्हणून आधिपत्याखाली होता?

(A) बंगाल (B) जौनपूर

(C) काश्मीर (D) बिजापूर

30) कोणत्या ठिकाणी प्रथम भारतीय पुराणाश्मयुग कलाकृतीचा शोध लावला गेला?

(A) दायमाबाद (B) मिर्जापूर

(C) पल्लावरम (D) सोहन खोरे

31) खालीलपैकी कोणते एक विधान सत्य नाही?

(A) भारतात पुराणाश्मयुग मानवाला अग्नीचा वापर माहीत होता.

(B) दक्षिण भारतात गुंटूर आणि कर्नूल जिल्ह्यात पुराणाश्मयुगीन कबरी (graves) सापडलेल्या आहेत.

(C) कैमूर रांगा आणि मिर्जापूर जिल्ह्यात इतिहासकालपूर्व चित्रकला सापडलेली आहे.

(D) उत्तर भारतात ताम्रपाषाणयुग व प्राथमिक लोहयुग त्यांचे दोन कालखंड पाडता येतात, तर दक्षिण भारतात पाषाणयुगानंतर थेट लोहयुग येते.

32) सिंधू संस्कृतीमधील कुठल्या ठिकाणी शहराचा पदविन्यास सामान्य नसून तेथे तटबंदीच्या आतमध्ये तीन वेगवेगळे विभाग सापडतात?

(A) कालीबंगन (B) लोथल

(C) बनवाली (D) ढोलविरा

33) गट अ (हडप्पा स्थळ) ची गट ब (जागा) बरोबर योग्य जोड्या जुळवा.

| गट अ (हडप्पा स्थळ) | गट ब (जागा) |
|---|---|
| (A) कालीबंगन | १. भूज-कच्छ |
| (B) सुरकोटडा | २. सिंध |
| (C) कोट-दीजी | ३. राजस्थान |
| (D) बनवाली | ४. हरियाणा |

| | A | B | C | D |
|---|---|---|---|---|
| A | 2 | 4 | 3 | 1 |
| B | 3 | 1 | 2 | 4 |
| C | 2 | 1 | 3 | 4 |
| D | 3 | 4 | 2 | 1 |

34) सुश्रुताच्या अध्ययनाचा केंद्रबिंदू काय आहे?

(A) रोगशास्त्र (B) शस्त्रक्रिया

(C) आहारशास्त्र (D) मज्जासंस्था

35) खालीलपैकी हडप्पा संस्कृतीशी संबंधित कोणते एक विधान सत्य नाही?

(A) तेथील रहिवाशांना भौमितिक रचनेचा वापर माहीत होता.

(B) तेथील रहवाशांना फाशांचा खेळ माहीत होता.

(C) कालीबंगनमधील अधिकाधिक बांधकामासाठी कच्च्या विटांचा वापर केला गेला होता.

(D) लोथलमध्ये रहिवाशांनी बांधकामासाठी पक्क्या विटांचा वापर कधीच केला नाही.

36) सुयोग्य जोडी जुळवा.

| गट अ (हडप्पा स्थळ) | गट ब (नदीकिनारी जेथे वसलेले आहे) |
|---|---|
| (A) आलमगीरपूर | १. सिंधू |
| (B) कालीबंगन | २. घग्गर |
| (C) हडप्पा | ३. हिंडन |
| (D) मोहेंजोदडो | ४. रावी |

| | A | B | C | D |
|---|---|---|---|---|
| A | 3 | 2 | 4 | 1 |
| B | 4 | 1 | 3 | 2 |
| C | 3 | 1 | 4 | 2 |
| D | 4 | 3 | 3 | 1 |

37) ऋग्वेदाच्या कोणत्या सूक्तात भारतीय नाटकाची मूलतत्त्वे समाविष्ट आहेत?

(A) विवाह–सूक्त (B) आप्री–सूक्त

(C) संवाद–सूक्त (D) पुरुष–सूक्त

38) खालीलपैकी कोणते एक विधान सत्य नाही?

(A) गोत्र शब्द 'एक कुल' च्या अर्थासाठी सर्वप्रथम अथर्ववेदात दिसून येतो.

(B) प्रवदच्या कारणामुळे वैवाहिक निवड अधिकाधिक मर्यादित झाली होती.

(C) श्राद्ध प्रथेचा प्रारंभ उत्तर भारतात गुप्त वंशाच्या शासनकाळात झाला होता.

(D) श्राद्धाचा संबंध परिवाराशी असतो, तर सपिंड म्हणजे त्या पारिवारिक समूहाचे सदस्य असतात, ज्यांना श्राद्धाच्याशा प्रथेमध्ये भाग घेण्याचा अधिकार असतो.

39) गट अ (विचार पद्धती) ची गट ब (व्यक्ती) बरोबर सुयोग्य जोडी जुळवा.

| गट अ (विचार पद्धती) | गट ब (व्यक्ती) |
|---|---|
| (a) मीमांसा | १. अक्षपाद गौतम |
| (b) न्याय | २. ईश्वरकृष्ण |
| (c) सांख्य | ३. जैमिनी |
| (d) वैशेषिक | ४. उलूक कणाद |

| | A | B | C | D |
|---|---|---|---|---|
| A | 3 | 1 | 2 | 4 |
| B | 2 | 4 | 3 | 1 |
| C | 3 | 4 | 2 | 1 |
| D | 2 | 1 | 3 | 4 |

40) खालीलपैकी कोणत्या एकाशी फिट्सूत्रे संबंधित आहेत?

(A) छंद (B) आघात

(C) नामे (D) रीती

41) दहा प्रपाठकांमध्ये निदानसूत्र खालीलपैकी कोणत्या एकाशी संबंधित आहे?

(A) ऋग्वेद (B) सामदेव

(C) यजुर्वेद (D) अथर्ववेद

42) सुयोग्य जोड्या जुळवा.

| गट अ (प्राचीन राज्य) | गट ब (राजधानी) |
|---|---|
| (a) अंग | १. चम्पा |
| (b) वत्स | २. कौशाम्बी |
| (c) मत्स्य | ३. विराटनगर |
| (d) शूरसेन | ४. मथुरा |

| | A | B | C | D |
|---|---|---|---|---|
| A | 1 | 2 | 3 | 4 |
| B | 3 | 4 | 1 | 2 |
| C | 1 | 4 | 3 | 2 |
| D | 3 | 2 | 1 | 4 |

43) कोणते सूत्र चार प्रमुख जातींची स्थिती, व्यवसाय, दायित्व (obligation), कर्तव्य आणि विशेषाधिकार इत्यादीच्या संदर्भात स्पष्टपणे फरक करते/ दाखवते?

(A) श्रौत-सूत्र (B) गृह्य-सूत्र

(C) धर्म-सूत्र (D) शांखायन श्रौत-सूत्र

44) खालीलपैकी कोणत्या दोन विद्वानांनी कनिष्काच्या वेळी घेण्यात आलेल्या बौद्ध-धर्म परिषदेत भाग घेतला होता?

१. वसुमित्र २. अश्वघोष ३. उपाली ४. कात्यायन

खाली दिलेल्या पर्यायाचा वापर करून योग्य उत्तर निवडा.

(A) १ आणि २ (B) १ आणि ३

(C) २ आणि ३ (D) २ आणि ४

45) खालीलपैकी कोणते एक विधान सत्य नाही?

(A) भद्रबाहूने मगधचा राजा उदयनच्या काळात कल्पसूत्रांची रचना केली.

(B) महावीरांनी ऋजुपालिक नदीच्या किनारी केवल-ज्ञान प्राप्त केले.

(C) जैन धर्म लिच्छवियांचा राज्यधर्म बनला होता.

(D) हरिभद्र हा जैन विद्वान होता, जो इ. स. ९ व्या शतकात हयात होता.

46) खालीलपैकी कोणता एक अशोकाचा शिलालेख इशिला नावाच्या प्राचीन नगराचा उल्लेख करतो?

(A) मास्की शिलालेख (B) पांगोरारिया

(C) उदेगोलम (D) ब्रह्मगिरी

सूचना :

पुढील ४ (चार) प्रश्नांमध्ये दोन विधाने आहेत; एकाला 'विधान (A)' आणि दुसऱ्याला 'कारण (R)' म्हटले आहे. ह्या दोन्ही विधानांचे काळजीपूर्वक परीक्षण करून प्रश्नांची उत्तरे खाली दिलेल्या पर्यायांच्या आधारे निवडा.

पर्याय :

(A) A आणि R दोन्ही सत्य आहेत, आणि R, A चे बरोबर स्पष्टीकरण आहे.

(B) A आणि R दोन्ही सत्य आहेत, आणि R, A चे बरोबर स्पष्टीकरण नाही.

(C) A सत्य आहे, परंतु R असत्य आहे.

(D) A असत्य आहे, परंतु R सत्य आहे.

47) विधान (A)

भारतीय राष्ट्रीय कॉंग्रेसच्या सुरुवातीच्या वर्षांमध्ये असा निर्णय घेण्यात आला होता की कॉंग्रेसचे अधिवेशन देशाच्या निरनिराळ्या भागांत आळीपाळीने आयोजित केले जाईल.

कारण (R)

कॉंग्रेसचे प्राथमिक नेतृत्व देशाच्या विभिन्न भागांशी संबंधित सामाजिक सुधारणेच्या मुद्द्याला महत्त्व देत होते.

48) विधान (A)

चंद्रगुप्त दुसरा ह्याची मुलगी प्रभावती गुप्त हिने वाकाटक राजा रूद्रसेन दुसरा

ह्याच्याशी विवाह केला.

कारण (R)

चंद्रगुप्ताला वाकाटक राजाकडून शकांविरुद्ध मदत पाहिजे होती.

49) विधान (A)

अबुल फजल, जो एक महान विद्वान आणि शैलीकार होता त्याचप्रमाणे त्याच्या काळातील अग्रणी इतिहासकार होता, त्याने गद्यलेखनाची अशी शैली स्थापन केली की जिचे बरीच वर्षेपर्यंत अनुकरण होत राहिले.

कारण (R)

अबुल फजलने हे सर्व आपला भाऊ फैजीच्या मदतीने केले ज्याच्यामुळे तो आपल्या काळातील एक प्रमुख कवी बनू शकला.

50) विधान (A)

कल्हणच्या राजतरंगिणीमध्ये काश्मीरच्या रेशीम-विणण्याचा उल्लेख आढळतो.

कारण (R)

प्राचीन काळापासून रेशीम-उत्पादन ही काश्मीरमध्ये एक सुविकसित प्रथा होती.

51) खालीलपैकी कोणाच्या अंतर्गत ऑक्टोबर १९४७ मध्ये भारताच्या राज्यघटनेचा पहिला मसुदा राज्यघटना समितीच्या सल्लागार शाखेने तयार केला होता?

(A) डॉ. बी. आर. आंबेडकर     (B) जवाहरलाल नेहरू

(C) के. एम. मुन्शी          (D) बी. एन. राव

52) फेब्रुवारी १९४७ मध्ये खालीलपैकी कोणी ही महत्त्वपूर्ण घोषणा केली की, मॅजेस्टिज सरकारचा हा स्पष्ट आशय होता की जून १९४८ पर्यंत जबाबदार भारतीयांच्या हातात सत्तेच्या हस्तांतरणासाठी आवश्यक पावले उचलली जातील?

(A) क्लेमंट ॲटली       (B) लॉर्ड माउंटबॅटन

(C) विंस्टन चर्चिल       (D) लॉर्ड पेथिक लारेंस

53) पहिल्या हंगामी राष्ट्रीय सरकारच्या संदर्भात खालील विधानांचा विचार करा.

१) डॉ. राजेंद्र प्रसाद यांना व्हाईसरॉयचा एक्झिक्युटिव्ह कौंसिलचा उपाध्यक्ष म्हणून नामांकित केले गेले.

२) नंतर सय्यद अली जहीर आणि सर शफात अहमद खान हे व्हाइसरॉयच्या एक्झिक्युटिव्ह कौंसिलमध्ये मुस्लिमलीगच्या प्रतिनिधींच्या रूपात सामील झाले.

वरील विधानांपैकी कोणते सत्य आहे?

(A) फक्त १ (B) फक्त २
(C) १ आणि २ (D) दोन्ही नाही

54) खालील विधानांचा विचार करा.

१) तेज बहादुर सप्रू यांनी नेहरू रिपोर्टचा मसुदा तयार करण्यात भाग घेतला.

२) नेहरू रिपोर्टने अलिप्त सांप्रदायिक मतदारसंघाचा स्वीकार केला.

३) नेहरू अहवालामध्ये वासाहतिक स्वराज्याची संकल्पना मांडलेली होती.

वरील विधानांपैकी कोणते विधान बरोबर आहे?

(A) फक्त १ (B) फक्त २ आणि ३
(C) फक्त १ आणि ३ (D) १, २ आणि ३

55) खालील विधानांचा विचार करा.

१) अखिल-भारतीय हिंदू महासभेचे पहिले अधिवेशन कासिम बाजारचे महाराज यांच्या अध्यक्षतेखाली झाले होते.

२) १९२८ सालच्या हिंदू महासभेच्या जबलपूर अधिवेशनात अ-हिंदूंचे हिंदू धर्मात धर्मांतर करण्यासाठी प्रयत्न करण्यासंबंधीचा ठराव संमत करण्यात आला.

(A) फक्त १ (B) फक्त २
(C) फक्त १ आणि २ (D) यापैकी नाही.

56) खालील विधानांचा विचार करा.

१) भारतीयांच्या एका समूहाने, ज्याचे नेतृत्व एम. एन. राय करत होते, ताश्कंदमध्ये ऑक्टोबर १९२० मध्ये कम्युनिस्ट पार्टी ऑफ इंडियाची स्थापना केली.

२) डिसेंबर १९२५ मध्ये कलकत्ता येथे कम्युनिस्ट पार्टी ऑफ इंडियाच्या नावाने एक अखिल-भारतीय संघटनेची स्थापना केली गेली.

वरील विधानांपैकी कोणते बरोबर आहे.

(A) फक्त १ (B) फक्त २
(C) दोन्ही १ आणि २ (D) दोन्ही नाही.

57) २० व्या शतकाच्या सुरुवातीला भारतीय स्वातंत्र्यलढ्याच्या दरम्यान खालीलपैकी कोणी व्हॅंकुअरमध्ये ‘‘स्वदेश सेवक होम’’ ची स्थापना केली?

(A) जी. डी. कुमार (B) मदनलाल धिंग्रा
(C) व्ही. डी. सावरकर (D) तारकनाथ दास

58) खालीलपैकी कोणत्या भारतीय नेत्याने १९३० मधील पहिल्या गोलमेज परिषदेत भाग घेतला होता?

(A) मोहनदास करमचंद गांधी    (B) मदनमोहन मालवीय

(C) मोतीलाल नेहरू    (D) महम्मद अली

59) कोणते सत्याग्रह आयोजित केल्यामुळे वल्लभभाई पटेल यांना सरदार ही पदवी दिली गेली होती?

(A) खेडा सत्याग्रह    (B) मीठ सत्याग्रह

(C) व्यक्तिगत सत्याग्रह    (D) बारडोली सत्याग्रह

60) खालील विधानांचा विचार करा.

१) १९२२ च्या बारडोली ठरावाने शेतकऱ्यांना कर न देण्याचे आणि भाडेकरूंना भाडे न देण्याचे सांगण्यात आले.

२) गुरुद्वारांवरील भ्रष्ट महंतांचे नियंत्रण हिरावून / काढून आपले नियंत्रण स्थापन करणारे अकाली आंदोलन हे व्यापक असहकार चळवळीचाच एक भाग होते.

वरील विधानांपैकी कोणते बरोबर आहे?

(A) फक्त १    (B) फक्त २

(C) दोन्ही १ आणि २    (D) दोन्ही नाही.

61) खालीलपैकी कोणत्या वकिलांनी असहकार चळवळीला प्रारंभ झाल्यावर आपली वकिली सोडून दिली?

(A) असफ अली    (B) सी. राजगोपालचारी

(C) सैफुद्दीन किचलू    (D) टी. प्रकाशम

खाली दिलेल्या पर्यायांचा उपयोग करून योग्य उत्तर निवडा.

(A) फक्त १ आणि २    (B) फक्त १, २ आणि ३

(C) दोन्ही ३ आणि ४    (D) १, २, ३ आणि ४

62) काँग्रेसच्या १९१६ च्या लखनऊ अधिवेशनात खालीलपैकी कोणी हे महत्त्वपूर्ण सुचविले होते की काँग्रेसकडून एक कार्यकारी समिती बनवली गेली पाहिजे जी काँग्रेसच्या प्रत्येक दिवसाचे कामकाज बघेल?

(A) ॲनी बेझंट    (B) बाळ गंगाधर टिळक

(C) मदन मोहन मालवीय    (D) सुरेंद्रनाथ बॅनर्जी

63) इम्पीरियल लेजिस्लेटिव कौंसिलच्या विषयी १९०९ च्या इंडियन कौंसिल ॲक्टच्या तरतुदींच्या संदर्भात खालील विधानांचा विचार करा.

१) ॲक्टने सदस्यांच्या प्रश्न विचारण्याच्या अधिकारांत वाढ केली.

२) ह्या कायद्यांतर्गत अर्थसंकल्पातील वाढीव घटकांच्या संदर्भात मतदान करण्याचा अधिकार प्रदान करण्यात आला.

वरील विधानांपैकी कोणते बरोबर आहे?

(A) फक्त १ (B) फक्त २

(C) दोन्ही १ आणि २ (D) दोन्ही नाही.

64) भारतातील जजमानी प्रथेच्या संदर्भात खालील विधानांचा विचार करा.

१) मध्ययुगीन काळात महाराष्ट्रात ग्रामीण वस्तू उत्पादनाचा बराचसा भाग अशा कारागीर जातींकडून उपलब्ध केला जात होता की ज्या कृषक जाती सेवार्थी-ग्राहक (Client-Patron) संबंधाशी बांधल्या/जोडल्या गेल्या होत्या.

२) महाराष्ट्र आणि गुजरातमध्ये जजमानी प्रथेत सामुदायिक कारागिरांचे केवळ अशा प्रकारचेच काम समाविष्ट नव्हते तर ते सरळपणे कृषी उत्पादनाला पूरक होते.

वरील विधानांपैकी कोणते बरोबर आहे?

(A) फक्त १ (B) फक्त २

(C) दोन्ही १ आणि २ (D) दोन्ही नाही.

65) खालीलपैकी कोणी औरंगजेबाच्या शासनकाळात उपहासात्मक काव्याची रचना केली?

(A) सौदा (B) जाफर जटल्ली

(C) गनी काश्मीरी (D) मुल्ला दाऊद

66) गट अ (मध्ययुगीन काळाशी संबंधित-अधिकारी) च्या गट ब (वर्णन) बरोबर सुयोग्य जोड्या जुळवा.

| गट अ (मध्ययुगीन काळाशी संबंधित अधिकारी) | गट ब (वर्णन) |
|---|---|
| (a) खुत | १. राज्यसभेचा प्रभारी अधिकारी |
| (b) अमीर-ए हाजिब | २. नगरपालिकेच्या नियमांचा व्यवस्थापक अधिकारी |
| (c) मुह्तसिब | ३. लिपिक (Clerk) |
| (d) नवीसंदा | ४. ग्राम अधिकारी |

|   | A | B | C | D |
|---|---|---|---|---|
| A | 4 | 1 | 2 | 3 |
| B | 3 | 2 | 1 | 4 |
| C | 4 | 2 | 1 | 3 |
| D | 3 | 1 | 2 | 4 |

67) जहांगीरच्या शासनकाळात भारतातील स्थापत्याचे पहिले संपादन त्याच्या वडिलांच्या मोठ्या कबरीचे बांधकाम होते, हे कोठे बांधले गेले होते?

(A) लाहोर             (B) शिकोहाबाद

(C) सुरत               (D) सिकंदरा

68) खालील विधानांचा विचार करा.

जेव्हा महात्मा गांधींनी असहकाराचा ठराव मांडला होता तेव्हा,

१) कलकत्ता येथे सी. आर. दास यांच्या अध्यक्षतेखाली एक विशेष अधिवेशन बोलावले गेले होते.

२) विशेष अधिवेशनात हा ठराव एकमताने स्वीकारण्यात आला होता.

वरील विधानांपैकी कोणते बरोबर आहे?

(A) फक्त १           (B) फक्त २

(C) दोन्ही १ आणि २     (D) दोन्ही नाही.

69) खालील विधानांचा विचार करा.

१) हैद्राबादच्या निजामाने इंग्रजांना उत्तरी सरकारचे क्षेत्र प्रदान केले कारण मद्रास शासनाने त्याला फ्रेंच व मराठ्यांविरुद्ध मदत करण्याची सहमती दिली.

२) फ्रेंच वखार माहेवर इंग्रजांचा ताबा हे दुसऱ्या इंग्रज म्हैसूर युद्धाच्या अनेक महत्त्वपूर्ण कारणांपैकी एक होते.

३) तिसऱ्या इंग्रज–म्हैसूर युद्धाचे तात्कालिक कारण टिपू सुलतानाकडून पश्चिम किनाऱ्यावरील आपला ताबा दृढ करण्याचा प्रयत्न होता.

वरील विधानांपैकी कोणते बरोबर आहे?

(A) १, २ आणि ३       (B) फक्त १ आणि २

(C) फक्त २ आणि ३      (D) फक्त १ आणि ३

70) खालीलपैकी कोणी टिपू सुलतानाबरोबर श्रीरंगपट्टणचा तह संपादित केला?

(A) हेस्टिंग्ज          (B) कॉर्नवॉलिस

(C) वेलस्ली            (D) डलहौसी

71) इंग्रज-मराठा युद्धाच्या दरम्यान खालीलपैकी कोणता तह सर्वांत शेवटी घडून आला होता?

(A) शिंद्यांबरोबरचा ग्वाल्हेरचा तह

(B) होळकरांबरोबर मंदसोरचा तह

(C) बाजीराव दुसरा यांच्याबरोबर पुण्याचा तह

(D) सिंधिया बरोबर सुरजी-अंजनगावचा तह

72) खालीलपैकी कोणते विधान बरोबर नाही?

(A) १७९३ च्या चार्टर ॲक्टने गव्हर्नर जनरलला मद्रास आणि बॉम्बे प्रेसिडेंसीमध्येसुद्धा तशाच अधिकारच्या प्रयोगात सक्षम बनवले गेले, जे तो बंगालमध्ये करत होता.

(B) १८१३ च्या चार्टर ॲक्टने ईस्ट इंडिया कंपनीच्या ताब्यातील प्रदेशांवर सम्राटाची निश्चित सार्वभौमत्वसत्ता स्थापित केली गेली.

(C) १८३३ च्या चार्टर ॲक्टने कमी महत्त्वाच्या प्रेसिडेसिचे कायदे तयार करण्याचे सर्व अधिकार काढून घेण्यात आले.

(D) १८५३ च्या चार्टर ॲक्टने प्रादेशिक स्तराच्या कौन्सिलरांच्या नियुक्तीत सम्राटाच्या मंजुरीला अनावश्यक केले गेले.

73) १७७३ च्या रेग्युलेटिंग ॲक्टच्या संदर्भात खालील विधानांचा विचार करा.

१) कौंसिल सदस्यांची राजकीय अधिकाराची मुदत गव्हर्नर जनरलच्या इच्छेवर अवलंबून होती.

२) गव्हर्नर-जनरल-इन-कौंसिलला निर्णायक मत देण्याचा अधिकार होता.

३) गव्हर्नर-जनरल-इन-कौंसिलला नागरिक व सैन्य अधिकार दिले गेले होते.

वरील विधानांपैकी कोणते बरोबर आहे?

(A) १, २ आणि ३ (B) फक्त १ आणि २

(C) फक्त २ आणि ३ (D) फक्त १ आणि ३

74) खालील विधानांचा विचार करा.

१) कॅबिनेट मिशनने भारताच्या राज्यघटनेकरिता एका पायाभूत रचनेची शिफारस केली.

२) कॅबिनेट मिशनने राज्यघटनेची रचना करणाऱ्या समूहासाठी कार्यप्रणाली तयार केली.

वरील विधानांपैकी कोणते बरोबर आहे?

(A) फक्त १ (B) फक्त २ (C) दोन्ही १ आणि २ (D)दोन्ही नाही.

75) खालील विधानांचा विचार करा.

१) जेव्हा वॉरन हेस्टिंग्ज गव्हर्नर–जनरल झाला तेव्हा त्याने कोषागार (treasury) कलकत्ता येथे स्थानांतरित केले.

२) १७८० मध्ये मिठाचे उत्पादन सरकारने प्रत्यक्षपणे आपल्या ताब्यात घेतले.

३) जमीनमहसुलाची दहावर्षीय व्यवस्था १७९० मध्ये कायमची घोषित केली गेली.
वरील विधानांपैकी कोणते बरोबर आहे?

(A) फक्त १      (B) फक्त १ आणि २

(C) दोन्ही २ आणि ३      (D) १, २ आणि ३

76) खालील विधानांचा विचार करा.

रयतवारी (जमीन–महसूल) पद्धतीमध्ये,

१) छोट्या शेतकऱ्यांबरोबर व्यवस्था केली जात होती.

२) शेतकऱ्यांना जमिनीवरील सर्व अधिकार उपलब्ध होते, रक्कम अट म्हणून त्यांनी एक महसुलाची निश्चित रक्कम दिली पाहिजे जी राज्यासाठी ग्राम–प्रमुखाकडून गोळा केली जात होती.

३) व्यवस्था केली जात होती आणि त्याचे निश्चित काळासाठी नूतनीकरण केले जात होते ज्या दरम्यान रयतेला जमिनीपासून बेदखल केले जात नव्हते.
वरील विधानांपैकी कोणते बरोबर आहे?

(A) फक्त १      (B) फक्त २ आणि ३

(C) दोन्ही १ आणि ३      (D) १, २ आणि ३

77) तारा शंकर बंदोपाध्याय यांची कादंबरी 'गणदेवता' मध्ये खालीलपैकी कोणत्या एका पद्धतीच्या पतनाचे वर्णन केलेले आहे?

(A) जमीनदारी पद्धत      (B) रयतवारी पद्धत

(C) जजमानी पद्धत      (D) महालवारी पद्धत

78) लॉर्ड डलहौसीच्या प्रशासनकाळात खालीलपैकी कोणते एक घडले नाही?

(A) दुसरे इंग्रज–ब्रह्मी युद्ध

(B) कोलकाता ते आग्रापर्यंत टेलिग्राफ लाइनचे जाळे पसरविणे.

(C) मुंबई ते ठाणे पर्यंत रेल्वे सुरू झाली      (D) दिल्ली विद्यापीठाची स्थापना

79) खालील विधानांचा विचार करा.

१) थिऑसॉफिकल सोसायटीने सुरुवातीपासून स्वतःला हिंदू पुनरूज्जीवनाबरोबर संबंधित केले.

२) थिऑसॉफिकल सोसायटी कार्यक्रम फक्त दक्षिण भारतापुरतेच मर्यादित होते.

३) थिऑसॉफिकल सोसायटीने गूढ रहस्यवादातील विश्वासाचे समर्थन केले.

वरील विधानांपैकी कोणते बरोबर आहे?

(A) १, २ आणि ३      (B) फक्त १ आणि २

(C) फक्त २ आणि ३      (D) फक्त १ आणि ३

80) खालीलपैकी कोणी तुर्की अमीर एतगीरची नियुक्ती करण्यासाठी नायब या पदाची निर्मिती केली?

(A) कुतुबुद्दीन ऐबक      (B) अल्तमश

(C) रझिया      (D) बहराम

81) खालीलपैकी कोणत्या लेखकाने प्रसिद्ध पुस्तक ''किताब-अल हिंद''चे इंग्रजी अनुवाद केले?

(A) वाल्टर रोपर लॉरेंस      (B) ई. सी. सचाड

(C) अल-मुकद्दसी      (D) एच. ए. रहीम

82) गट अ (लेखक) च्या गट ब (पुस्तक) बरोबर सुयोग्य जोड्या जुळवा.

| गट अ (लेखक) | गट ब (पुस्तक) |
|---|---|
| (a) बदायुनी | १. चंदायन |
| (b) इसामी | २. फुतूह-उस-सलातीन |
| (c) मुल्ला दाऊद | ३. मृगावती |
| (d) कुतबन | ४. मुन्तखाब-उल तवारीख |

| | A | B | C | D |
|---|---|---|---|---|
| A | 1 | 2 | 4 | 4 |
| B | 4 | 3 | 1 | 2 |
| C | 1 | 3 | 4 | 2 |
| D | 4 | 2 | 1 | 3 |

83) शून्य पुराण ह्या अकराव्या शतकातील पुस्तकाचे लेखक कोण होते?

(A) परमेश्वर      (B) रामाई पंडित

(C) पारंगल खान      (D) अलओल

84) खालील विधानांचा विचार करा.

१) वायव्य भारतात अमलात आणल्या गेलेल्या गझनवी नाण्यांवर अरबी आणि शारदा अशा दोन्ही लिपींमध्ये मजकूर कोरलेला आहे.

२) साहित्यकार आणि वृत्तान्तकार बरनी आणि इसामी समकालीन होते.

३) महमूद गझनीच्या सोमनाथ आक्रमणाच्या वेळी जयसिंह सिद्धराज ह्या प्रदेशाचा चौलुक्य राज्यकर्ता होता.

वरील विधानांपैकी कोणते बरोबर आहे?

(A) फक्त १ (B) फक्त १ आणि २

(C) फक्त २ आणि ३ (D) १, २ आणि ३

85) खालीलपैकी कोणते एक ठिकाण पूर्व मध्ययुगीन भारतात प्रभासपट्टण ह्या नावाने ओळखले जात होते?

(A) सोमनाथ (B) थानेसर (C) उज्जैन (D) वाराणसी

86) खालीलपैकी कोणता चोल राज्यकर्ता राष्ट्रकूट राजा कृष्ण-तिसरा कडून पराभूत झाला होता?

(A) परांतक - पहिला (B) परांतक - दुसरा

(C) राजराज - पहिला (D) राजेंद्र - पहिला

87) दिल्ली सल्तनतच्या इक्ता पद्धतीशी संबंधित कोणते एक विधान बरोबर नाही?

A) इक्ता हे एक भूप्रदेशासंबंधी नेमून दिलेले काम होते.

B) निजाम-उल-मुल्कने मुक्तीच्या करवसुली आणि त्यातून भागीदारी घेण्याच्या अधिकारावर जोर दिला.

C) इल्तुतमिश आणि उत्तरोत्तर सर्व सुलतानांनी मुक्तीच्या एका इक्ताचे दुसऱ्या इक्तामध्ये संक्रमणाची प्रथा लागू केली नाही.

D) बल्बनने आदेश दिला की अधिशेष (excess) ची रक्कम इक्ताकडून सुलनाच्या कोषागाराकडे पाठविली जावी.

वरील विधानांपैकी कोणते बरोबर आहे?

88) खालील विधानांचा विचार करा.

१) सेंगुत्तुवन, जो इमयवरंबन चा मुलगा होता, यज्ञ श्री सातकर्णीचा समकालीन होता.

२) शिलप्पदिकारम् मध्ये शेंगुट्टुवनच्या पराक्रमाचे विस्तृत वर्णन मिळते.

वरील विधानांपैकी कोणते बरोबर आहे?

(A) फक्त १ (B) फक्त २ (C) दोन्ही १ आणि २ (D) दोन्ही नाही.

89) कोणत्या शिलालेखात कालिदास आणि भारवी या दोघांच्याही नावांचा उल्लेख मिळतो.

(A) समुद्रगुप्ताची प्रयाग प्रशस्ती

(B) काकुस्थवर्माचा तालगुंड स्तंभ शिलालेख

(C) पुलकेशीची ऐहोळे प्रशस्ती

(D) रुद्रदामनाची गिरनार प्रशस्ती

90) सुयोग्य जोड्या लावा.

| गट अ (प्राचीन राज्य) | गट ब (आधुनिक प्रदेश) |
|---|---|
| (a) दुर्गर | १. आसाम |
| (b) कामरूप | २. जम्मू |
| (c) त्रिगर्त | ३. जालंधर |
| | ४. ओरिसा |

| | A | B | C |
|---|---|---|---|
| A | 1 | 2 | 3 |
| B | 2 | 1 | 3 |
| C | 1 | 2 | 4 |
| D | 2 | 1 | 4 |

91) मंदसौर शिलालेखाचा लेखक कोण होता?

(A) बाणभट्ट (B) वत्सभट्ट

(C) हरिषेन (D) वीरसेन

92) वेरूळ येथील प्रसिद्ध कैलासनाथ मंदिर कोणत्या राष्ट्रकूट राजाच्या हुकुमानुसार दगडामध्ये तोडून तयार केले गेले होते?

(A) कृष्ण-पहिला (B) ध्रुव-पहिला

(C) कृष्ण-दुसरा (D) इंद्र-तिसरा

93) खालीलपैकी नालंदाच्या कोणत्या विद्वानांच्या गटाने तिबेटमध्ये बौद्ध धर्माचा प्रसार केला?

(A) कुमारजीव, परमार्थ, शुभकरसिंह, धर्मदेव

(B) संतरक्षित, पद्मसंभव, कमलशील, स्थिरमती

(C) वसुबंधू, दिङ्नाग, धर्मपाल, चंद्रपाल

(D) अर्चदेव, अंग, नागार्जुन, जिनमित्र

94) पउमचरिअम खालीलपैकी कोणाशी संबंधित आहे.

(A) भारतीय वनस्पती आणि प्राणिजाताचे एक स्पष्टीकरण

(B) रामायणाचे एक जैन भाषांतर

(C) एक दास पुरुष आणि एक स्त्री यांच्यातील अभिनित प्रेम–कथा.

(D) निर्वाणाच्या प्रश्नाचे एक बौद्ध स्पष्टीकरण

95) कोणाच्या राजदबारात हिलियोडोरस एक राजदूताच्या रूपात होता?

(A) पुष्यमित्र शुंग (B) काशिपुत्र भागभद्र

(C) चंद्रगुप्त मौर्य (D) शक रुद्रदामन

96) संगम काळात उरैयूर खालीलपैकी कोणाची राजधानी होती?

(A) पांड्य राजांची (B) पल्लव राजांची

(C) चालुक्य राजांची (D) चोल राजांची

97) खालीलपैकी कोणी "बोद्दो" अशी अक्षरे असलेली सुवर्ण नाणी की ज्यावर बुद्धांची प्रतिमा आहे व "शकमानोबोद्दो" अशी अक्षरे असलेली ताब्यांची नाणी प्रचलित केली?

(A) डिमिट्रिऑस (B) पहिला हुविष्क

(C) कनिष्क (D) वेम कॅडफिसस

98) १९६२ च्या भारत–चीन संघर्षाच्या संबंधात खालील विधानांचा विचार करा.

१) नोव्हेंबर १९६२ मध्ये पंडित जवाहरलाल नेहरू यांनी राष्ट्रपती केनेडींकडून सैन्य मदत मागितली.

२) संयुक्त राज्य अमेरिकेने चीनच्या विरुद्ध मदतीकरिता दहा सी–१३० मालवाहक विमान आणि बी–४७ बाँब टाकणाऱ्या विमानांची दोन स्क्वाड्रून (squadrons) पाठविली.

३) नोव्हेंबर १९६२ मध्ये जेव्हा जनरल थापरने आपला राजीनामा दिला तेव्हा नव–नियुक्त सुरक्षा मंत्र्याने नवीन सेनाध्यक्षासाठी जनरल जे. एम. चौधरी यांच्या नावाचा प्रस्ताव ठेवला.

वरील विधानांपैकी कोणते बरोबर आहे?

(A) १, २ आणि ३ (B) फक्त २ आणि ३

(C) फक्त १ (D) फक्त ३

99) खालील विधानांचा विचार करा.

१) अशोकाच्या बाराव्या शिलालेखात सातवाहनांचा उल्लेख मिळतो.

२) जैन परंपरेनुसार, सिमुकने बौद्ध आणि जैन दोन्ही प्रकारची मंदिरे बांधली.

वरील विधानांपैकी कोणते बरोबर आहे?

(A) फक्त १ (B) फक्त २

(C) दोन्ही १ आणि २ (D) दोन्ही नाही

100) खालीलपैकी कोणी सर्वप्रथम पोटिन नाण्यांना सुरूवात केली?

(A) मौर्य शासकांनी (B) मगध शासकांनी

(C) सातवाहन शासकांनी (D) चेदी शासकांनी

101) सुयोग्य जोड्या जुळवा.

| गट अ (मौर्य प्रशासनाचा अधिकारी) | गट ब (कर्तव्य) |
|---|---|
| (a) समाहर्ता | १. कोषाधिकारी |
| (b) सन्निधाता | २. महासंग्राहक (कलेक्टर जनरल) |
| (c) कर्मान्तिक | ३. मुख्य न्यायाधीश |
| (d) व्यावहारिक | ४. खाणींचा प्रमुख (Chief of Mines) |

| | A | B | C | D |
|---|---|---|---|---|
| A | 4 | 1 | 2 | 3 |
| B | 2 | 3 | 4 | 1 |
| C | 4 | 3 | 2 | 1 |
| D | 2 | 1 | 4 | 3 |

102) तिबेटी परंपरेनुसार कोणी बौद्ध धर्माच्या थेरवाद विचाराची स्थापना केली होती?

(A) नालक (B) महाकस्सप

(C) नागार्जुन (D) मोगलीपुत्र तिस्स

103) गट अ (अशोकाचे शिलालेख) च्या गट ब (वर्णन) बरोबर सुयोग्य जोड्या जुळवा.

| गट अ (अशोकाचे शिलालेख) | गट ब (वर्णन) |
|---|---|
| (a) पहिला शिलालेख | १. पशु-बळी विषयी नापसंती |
| (b) तिसरा शिलालेख | २. धर्माचा सिद्धान्त |
| (c) पाचवा शिलालेख | ३. धर्म-महामात्रांची नियुक्ती |
| (d) सातवा शिलालेख | ४. अशोकाच्या तीर्थयात्रा |

| | A | B | C | D |
|---|---|---|---|---|
| A | 1 | 3 | 2 | 4 |
| B | 4 | 2 | 3 | 1 |
| C | 1 | 2 | 3 | 4 |
| D | 4 | 3 | 2 | 1 |

104) अशोकाच्या अभिलेखांमधून कोणत्या एकमेव लेखकाचा परिचय मिळतो?

(A) हरिसेन (B) रविकीर्ती (C) चापड (D) कुपाण चाम

105) राजगृह येथे होणाऱ्या पहिल्या बौद्ध धर्म परिषदेचे अध्यक्ष कोण होते?

(A) पार्श्वक (B) संघरक्ष (C) वसुमित्र (D) महाकस्सप

106) खालीलपैकी कोणते एक विधान बरोबर आहे?

(A) लॉर्ड लिटननेच सर्वप्रथम असा आदेश दिला होता की वर्तमानपत्रांमध्ये त्यांचे संपादक आणि मालकांची नावे प्रकाशित केली गेली पाहिजे.

(B) लॉर्ड वेलस्लीच्या काळात बंगाल गॅझेट एक साप्ताहिकाच्या रूपात सुरू झाले होते.

(C) लॉर्ड हेस्टिंग्जच्या काळात जे. एम. बकिंघमने कलकत्ता जनरल सुरू केले होते.

(D) अखबार-ए आम एक दैनिक वर्तमानपत्र म्हणून कराचीतून सुरू झाले होते.

107) १८७२ चा नेटिव मॅरिज ॲक्ट (Native Marriage Act) मंजूर करण्यासाठी खालीलपैकी कोणी महत्त्वपूर्ण भूमिका बजावली होती?

(A) देवेंद्रनाथ टागोर (B) ईश्वरचंद्र विद्यासागर

(C) केशवचंद्र सेन (D) श्याम चंद्र दास

108) १८४० मध्ये पुण्यात परमहंस सभा कोणी स्थापन केली?

(A) बाळ शास्त्री जांभेकर (B) महादेव गोविंद रानडे

(C) गणेश वासुदेव जोशी (D) दादोबा पाडुरंग तर्खडकर

109) खालील विधानांचा विचार करा.

केशवचंद्र सेन यांनी प्रोत्साहन दिले.

१) विधवा पुनर्विवाह २) आंतरजातीय विवाह

३) पडदापद्धतीचा अंत ४) स्त्रियांकरिता उच्च विद्यापीठीय शिक्षण

वरील विधानांपैकी कोणती बरोबर आहेत?

(A) फक्त १ आणि २ (B) फक्त २, ३ आणि ४

(C) फक्त १ आणि ४ (D) १, २, ३ आणि ४

110) भारतीय स्वातंत्र्यलढ्याच्या दरम्यान झालेल्या नागरिक उठावाचे दोन प्रसिद्ध नेते सिदो आणि कन्हू कोणत्या समुदायाचे होते?

(A) कोळी (B) मुंडा

(C) संथाळ (D) भिल्ल

111) १८५७ च्या उठावानंतर भारतासंबंधीचे अधिकार ग्रेट ब्रिटनच्या सार्वभौम सत्तेने धारण केले आहेत, अशी घोषणा कोणी अलाहाबाद येथील दरबारात केली?

(A) लॉर्ड ऑकलंड (B) लॉर्ड कॅनिंग

(C) लॉर्ड डलहौसी (D) लॉर्ड हार्डिंग्ज

112) खालीलपैकी कोणी १८९० मध्ये ''इंडियन सोशल रिफॉर्मर'' सुरू केले?

(A) ईश्वरचंद्र विद्यासागर (B) के. वीरेशलिंगम

(C) के. एन. नटराजन (D) एम. जी. रानडे

113) नीळ उठावाच्या संदर्भात खालील विधानांचा विचार करा.

१) हिंदु आणि मुसलमान शेतकऱ्यांत पूर्ण एकता होती.

२) बंडखोर रयतेचा एक प्रमुख नेता हेमचंद्र कार होता.

३) बंडखोर रयतेने एक सुस्पष्ट संघटन आणि शिस्तबद्धपणा अबाधित ठेवला होता.

वरीलपैकी विधानापैकी कोणती बरोबर आहेत?

(A) १, २ आणि ३ (B) फक्त १ आणि २

(C) फक्त २ आणि ३ (D) फक्त १ आणि ३

114) खालीलपैकी कोणी २० व्या शतकाच्या सुरुवातीला ''दि इकानॉमिक हिस्ट्री ऑफ इंडिया'' प्रकाशित केले?

(A) दादाभाई नौरोजी (B) गोपाळ कृष्ण गोखले

(C) महादेव गोविंद रानडे (D) रोमेश चंद्र दत्त

115) १९०५-०७ वर्षांच्या दरम्यान काँग्रेसमधील जहालमतवादी आणि मवाळमतवादींच्या संदर्भात खालील विधानांचा विचार करा.

१) जहालमतवादींना स्वदेशी आणि बहिष्कार आंदोलनाचा बंगालसहित उर्वरित साऱ्या देशात प्रसार करायचा होता.

२) मवाळांचा उद्देश बहिष्काराचा विस्तार परदेशी वस्तूपासून टप्याटप्याने सरकारशी कुठल्याही प्रकारचे सहकार्यास विरोध करण्यापर्यंत वाढविण्याचा होता.

वरीलपैकी कोणती विधाने बरोबर आहेत?

(A) फक्त १ (B) फक्त २

(C) १ आणि २ (D) वरीलपैकी एकही नाही.

116) १९०८ च्या मध्यापर्यंत स्वदेशी चळवळ ओसरण्यास खालीलपैकी कुठले घटक कारणीभूत होते?

१) सरकारकडून होणारी अमानुष दडपशाही

२) काँग्रेसमधील अंतर्गत मतभेद

३) प्रभावी संघटन व पक्षव्यवस्थेचा अभाव

खालील पर्यायांच्या आधारे तुमचे उत्तर निश्चित करा.

(A) फक्त १ (B) फक्त १ आणि २

(C) दोन्ही २ आणि ३ (D) वरील सर्व

117) खालील विधानांचा विचार करा.

१) बारीसाल येथील परिषदेत अध्यक्ष सुरेंद्रनाथ बॅनर्जी यांनी १९०५ मध्ये स्वदेशी आंदोलनाची अधिकृत घोषणा केली.

२) बंगालच्या फाळणीच्या दिवशी स्वदेशी आंदोलनाच्या नेत्यांनी बंगालमध्ये प्रसिद्ध बहिष्काराचा ठराव संमत केला.

३) चिंदबरम पिल्लाई यांनी स्वदेशी आंदोलन मद्रासमध्ये पुढे नेले.

वरील विधानांपैकी कोणती बरोबर आहेत?

(A) फक्त १ (B) १ आणि ३

(C) २ आणि ३ (D) फक्त ३

118) प्लेग कमिटीचा अध्यक्ष रँड व ले. आयर्स्ट यांच्या हत्येचे तात्कालिक कारण काय होते?

(A) सरकारकडून प्लेगच्या समस्येची होणारी हाताळणी यावर बाळ गंगाधर टिळक यांनी कठोर टीका केल्यामुळे त्यांना झालेली अटक व त्यामुळे पुणे सार्वजनिक सभेच्या सदस्यांमध्ये निर्माण झालेली हिंसेची भावना.

(B) प्लेगवर होणाऱ्या सरकारी उपाय योजनेद्दल समाजामध्ये असणारा असंतोष.

(C) प्लेगप्रभावित भागामध्ये पुणे सार्वजनिक सभेच्या कार्यकर्त्यांना पोलिसांनी केलेल्या मारहाणीमुळे लोकांमध्ये उत्पन्न झालेला रोष.

(D) महाराष्ट्रातील काही अतिउत्साही नेत्यांनी ब्रिटिश सत्ताधीश व भारतीय यांच्यामधील संघर्षाची वाढवलेली तीव्रता.

119) खालीलपैकी कोण लोकहितवादी नावाने प्रसिद्ध होते?

(A) अक्षयकुमार दत्त (B) गोपाळ हरी देशमुख

(C) ईश्वरचंद्र विद्यासागर (D) महादेव गोविंद रानडे

120) कुठल्या भारतीयाची गव्हर्नर जनरलच्या कौंसिलमध्ये विधिसदस्य म्हणून सर्वप्रथम नेमणूक झाली?

(A) राजा किशोरी लाल गोस्वामी (B) मोतीलाल नेहरू

(C) सत्येंद्र प्रसन्न सिन्हा (D) तेज बहाद्दूर सप्रू

❑❑

उत्तरे :

| | | | | |
|---|---|---|---|---|
| 1) ñ A | 25) ñ B | 49) ñ C | 73) ñ C | 97) ñ C |
| 2) ñ C | 26) ñ D | 50) ñ C | 74) ñ A | 98) ñ A |
| 3) ñ B | 27) ñ A | 51) ñ D | 75) ñ A | 99) ñ B |
| 4) ñ A | 28) ñ C | 52) ñ A | 76) ñ A | 100) ñ C |
| 5) ñ C | 29) ñ C | 53) ñ D | 77) ñ C | 101) ñ D |
| 6) ñ C | 30) ñ C | 54) ñ C | 78) ñ D | 102) ñ B |
| 7) ñ A | 31) ñ A | 55) ñ C | 79) ñ D | 103) ñ C |
| 8) ñ D | 32) ñ D | 56) ñ A | 80) ñ D | 104) ñ C |
| 9) ñ D | 33) ñ B | 57) ñ A | 81) ñ B | 105) ñ D |
| 10) ñ C | 34) ñ B | 58) ñ D | 82) ñ D | 106) ñ C |
| 11) ñ B | 35) ñ D | 59) ñ D | 83) ñ B | 107) ñ C |
| 12) ñ B | 36) ñ A | 60) ñ B | 84) ñ B | 108) ñ D |
| 13) ñ D | 37) ñ C | 61) ñ D | 85) ñ A | 109) ñ A |
| 14) ñ A | 38) ñ C | 62) ñ B | 86) ñ A | 110) ñ C |
| 15) ñ A | 39) ñ A | 63) ñ C | 87) ñ C | 111) ñ B |
| 16) ñ C | 40) ñ | 64) ñ C | 88) ñ B | 112) ñ C |
| 17) ñ A | 41) ñ D | 65) ñ | 89) ñ C | 113) ñ D |
| 18) ñ A | 42) ñ A | 66) ñ A | 90) ñ B | 114) ñ D |
| 19) ñ D | 43) ñ C | 67) ñ D | 91) ñ B | 115) ñ A |
| 20) ñ D | 44) ñ A | 68) ñ D | 92) ñ A | 116) ñ D |
| 21) ñ A | 45) ñ A | 69) ñ C | 93) ñ B | 117) ñ D |
| 22) ñ A | 46) ñ D | 70) ñ B | 94) ñ B | 118) ñ B |
| 23) ñ B | 47) ñ C | 71) ñ B | 95) ñ B | 119) ñ B |
| 24) ñ D | 48) ñ A | 72) ñ D | 96) ñ D | 120) ñ C |

# UPSC 2008

1) १९४६ साली अस्तित्वात आलेल्या हंगामी सरकारमध्ये संरक्षणमंत्र्याचे पद कुणाकडे होते?

(A) वल्लभभाई पटेल (B) जगजीवन राम

(C) बलदेव सिंग (D) असफ अली

2) १९४५ च्या प्रांतिक विधिमंडळाच्या निवडणुकांनंतर खालीलपैकी कुणी पंजाबमध्ये सरकार स्थापन केले?

(i) फजलूल हक (ii) सिकंदर हयात खान

(iii) खिज्र हयात खान (iv) लियाकत अली खान

3) राज्यघटनेच्या घटनात्मक सल्लागारपदी खालीपैकी कुणाची नेमणूक झाली होती?

(A) डॉ. बी. आर. आंबेडकर (B) के. एम. मुन्शी

(C) सर बी. एन. राव (D) टी. टी. कृष्णम्माचारी

4) भारताच्या फाळणीच्या संदर्भात खालील विधानांचा विचार करा.

(i) बादशाह खान यांनी अशी घोषणा केली की उत्तर पश्चिम (वायव्य) सीमा प्रांत (N.W.F.P.) भारतात तसेच पाकिस्तानात सामील होणार नाही. हा प्रांत पख्तुनिस्तान या नावाने स्वतंत्र व सार्वभौम प्रांत राहील.

(ii) जून १९४७ च्या अ. भा. काँग्रेस समितीच्या बैठकीत महात्मा गांधींनी माउंटबॅटन योजनेला विरोध केला तर पुरुषोत्तदास टंडन यांनी पाठिंबा दर्शवला.

वरील पैकी किती विधाने बरोबर आहेत?

(A) फक्त (i) (B) फक्त (ii)

(C) (i) व (ii) (D) वरीलपैकी एकही नाही.

5) खालीलपैकी कुठले विधान ब्रिटिशांनी भारतात अंगीकारलेल्या 'होम चार्जेस'च्या धोरणाचे वर्णन करते?

(A) लंडनमधील 'इंडिया ऑफिस' व तीमधील सेक्रेटरी ऑफ स्टेट व त्याच्या आस्थापनांचा खर्च भारताच्या तिजोरीतून करणे.

(B) नागरी विभागात गृह कर व कृषी कर.

(C) भारतात पायाभूत सुविधांचा विकास करण्यासाठीची गुंतवणूक.

(D) इंग्लंडमधून भारतात येणाऱ्या पक्क्या मालावर लावला जाणारा कर.

6) आझाद हिंद सेनेच्या तीन अधिकाऱ्यांवर दिल्लीच्या लाल किल्यात खटले चालवून त्यांना कट करणे, हत्या व हत्येचा प्रयत्न या प्रकरणात आरोपी करण्यात

आले. खालीलपैकी कोणाचा उपरोक्त तिघांमध्ये समावेश नव्हता (परंतु त्याच्यावर नंतर वेगळा खटला भरण्यात आला.)

(A) अब्दुर रशीद (B) जी. एस. धिल्लाँ

(C) पी. के. सहगल (D) शाह नवाझ खान

7) १९३५ च्या भारत सरकार कायद्याच्या संदर्भात पुढील विधानांचा विचार करा.

(i) राजाचा प्रतिनिधी गव्हर्नर जनरल होता.

(ii) ब्रिटिश भारताचे १५० प्रतिनिधी व संस्थानांचे १५० प्रतिनिधी कौन्सिल ऑफ स्टेट या सभागृहात असणार होते.

(iii) लेजिस्लेटिव असेम्ब्लीमध्ये संस्थानांचे जास्तीत जास्त १२५ प्रतिनिधी व ब्रिटिश भारताचे २५० प्रतिनिधी असणार होते.

वरीलपैकी किती विधाने बरोबर आहेत?

(A) फक्त (i) (B) फक्त (ii) (iii)

(C) (i) व (iii) (D) (i), (ii) व (iii)

8) जवाहरलाल नेहरू पंतप्रधान असतानाच्या काळात बलवंतराय मेहता यांच्या अध्यक्षतेखाली स्थापण्यात आलेल्या उच्चस्तरीय समितीचे उद्दिष्ट काय होते?

(A) आरोग्याच्या संबंधित पायाभूत सुविधा सुधारण्याच्या दृष्टीने शिफारसी करणे.

(B) केंद्र-राज्य संबंधांचा अभ्यास करणे.

(C) कृषीविषयक व आर्थिक सुधारणांच्या दृष्टीने शिफारसी करणे.

(D) सामुदायिक विकास कार्यक्रमात सुधार घडवण्याच्या दृष्टीने शिफारसी करणे.

9) खालील विधानांचा विचार करा.

(i) जे. बी. कृपलानी यांनी काँग्रेस पक्षाचा त्याग केल्यावर जनसंघाची स्थापना केली.

(ii) नेहरू मंत्रिमंडळातून राजीनामा दिल्यावर श्यामाप्रसाद मुखर्जी यांनी 'किसान मजदूर प्रजा पार्टी' या पक्षाची स्थापना केली.

वरीलपैकी किती विधाने बरोबर आहेत?

(A) फक्त (i) (B) फक्त (ii)

(C) (i) व (ii) (D) वरीलपैकी एकही नाही.

10) स्वतंत्र भारतातील भाषिक तत्त्वावरील राज्यांच्या पुनर्रचनेच्या संदर्भात खालील विधानांचा विचार करा.

(i) तेलुगु लोकांसाठी आंध्रप्रदेश हे स्वतंत्र राज्य १९५३ मध्ये अस्तित्वात आले.

(ii) आंध्र प्रदेशामधील आंदोलनाच्या परिणामस्वरूप नेहरू भाषिक तत्वावर

राज्यपुनर्रचना आंदोलनाला अनुकूल झाले होते.
वरीलपैकी किती विधाने बरोबर आहेत?

(A) फक्त (i) (B) फक्त (ii)

(C) (i) व (ii) (D) वरीलपैकी एकही नाही.

11) 'कामराज योजनेच्या संदर्भात खालीलपैकी कुठले विधान बरोबर नाही?

(A) कामराज योजना काँग्रेसच्या कार्यसमितीच्या बैठकीत सादर करण्यात आली होती.

(B) काँग्रेसमध्ये नवा जोम आणणे हा कामराज योजनेमागचा उद्‌देश होता.

(C) कुणाचे राजीनामे स्वीकारायचे आहेत याचा अंतिम निर्णय नेहरूंनी घेणे अपेक्षित होते.

(D) काँग्रेसच्या सामान्य कार्यकर्त्यांकडून कामराज योजनेला उत्साहवर्धक प्रतिसाद मिळाला नाही.

12) तिसऱ्या पंचवार्षिक योजनेतील नियोजनबद्ध विकासाची (objectives of planned development) उद्दिष्टे या विभागाचे लेखक कोण होते?

(A) मोरारजी देसाई (B) सी. डी. देशमुख

(C) जवाहरलाल नेहरू (D) लालबहादूर शास्त्री

13) भारतातील ब्रिटिशांच्या शासनाच्या संदर्भात खालील विधानांचा विचार करा.

(i) सेन्सॉरशिप ऑफ प्रेस अ‍ॅक्ट, १७९९ नुसार प्रकाशकाला आपले सर्व साहित्य प्री-सेन्सॉरशिपसाठी सरकारी सचिवाकडे सादर करावे लागे.

(ii) जॉन अ‍ॅडम्सच्या १९२३ च्या लायसनिंग रेग्युलेशन अ‍ॅक्टमुळे राजा राममोहन रॉय यांच्या मिरात-उल-अखबारचे प्रकाशन थांबवावे लागले.

वरीलपैकी किती विधाने बरोबर आहेत?

(A) फक्त (i) (B) फक्त (ii)

(C) (i) व (ii) (D) वरीलपैकी एकही नाही.

सूचना - पुढील सहा प्रश्नांमध्ये Assertion (A) व Reason (R) अशी दोन विधाने आहेत. उपरोक्त दोन्ही विधानांचा बारकाईने विचार करून खालील codesच्या मदतीने संबंधित प्रश्नांची उत्तरे द्या.

Codes -

(A) (A) व (R) विधाने बरोबर असून (R) हे (A) चे योग्य स्पष्टीकरण आहे.

(B) (A) व (R) विधाने बरोबर आहेत, परंतु (R) हे (A) चे योग्य स्पष्टीकरण नाही.

(C) (A) बरोबर (R) चूक

(D) (A) चूक (R) बरोबर

14) Assertion (A)

भारत सरकारने १८६० मध्ये थोड्या कालावधीसाठी आयकर लागू केला.

Reason (R)

यातून येणारा अधिक महसूल भारत सरकार पाश्चिमात्य शिक्षणाच्या प्रसारासाठी वापरणार होते.

15) Assertion (A)

जेव्हा ताजुद्दिन फिरोझ हा बहामनी सुलतान गादीवर बसला, तेव्हा त्याने अनेक हिंदूंची उच्च पदांवर बढती केली.

Reason (R)

ज्या हिंदूंची उच्च पदांवर बढती केली गेली ते हिंदू देवराय पहिला याच्यावर नाराज असलेले विजयनगरमधील प्रतिष्ठित पुढारी होते. देवरायाशी मतभेद असल्याने त्यांनी बहामनी राज्याशी संधान साधले होते.

16) Assortion (A)

तुघलक स्थापत्यकलेची प्रमुख वैशिष्ट्ये होती जाड आधारावर उभारलेल्या भिंती व इमारतीच्या कोपऱ्यात उभारलेले व वरच्या दिशेने निमुळते होत जाणारे बुरूज ज्यामुळे बांधकामाला अधिक मजबुती मिळाली.

Reason (R)

तुघलक काळात बांधकामासाठी जे साहित्य वापरण्यात आले त्यात खाणीतून काढलेला नवा दगड व नदीपात्रातील गोल दगडांचा जास्त समावेश होता.

17) प्रश्न रद्द करण्यात आला आहे.

18) Assertion (A)

हडप्पा संस्कृतीचे मेसापोटेमियन संस्कृतीबरोबर व्यापारी संबंध होते.

Reason (R)

मेसापोटेमियामध्ये हडप्पा संस्कृतीचे अनेक शिक्के सापडले आहेत.

19) Assertion (A)

भारतामध्ये जेव्हा गोव्याचे सामीलीकरण झाले तेव्हा भारताच्या या कृतीची सोव्हिएत रशियाने (USSR) संयुक्त राष्ट्रसंघात पाठराखण केली.

Reason (R)

सोव्हिएत रशियाचा उद्देश भारताला अलिप्त राष्ट्र चळवळीपासून दूर करण्याचा होता.

20) खालील विधानांचा विचार करा.

(i) मुघल कालखंडात डोंगरी मिरची (Capsicums) किंवा मिरचीचा उपयोग माहीत नव्हता.

(ii) सतराव्या शतकाच्या अंतापर्यंत तंबाखूच्या धूम्रपानाची सवय भारतातील सामान्य जनतेच्या मोठ्या वर्गास लागलेली होती.

वरीलपैकी किती विधाने बरोबर आहेत?

(A) फक्त (i) (B) फक्त (ii)
(C) (i) व (ii) (D) वरीलपैकी एकही नाही.

21) खालीलपैकी कोणाची नेमणूक सोव्हिएत रशियात भारतीय राजदूत म्हणून विजयालक्ष्मी पंडित यांच्या नंतर लगेच झाली?

(A) व्ही. पी. मेनन (B) के. पी. एस. मेनन
(C) राजकुमारी अमृत कौर (D) सर्वपल्ली राधाकृष्णन

22) १८५८ चा कायदा व भारताचा सेक्रेटरी ऑफ स्टेट या संदर्भात पुढील विधानांचा विचार करा.

(i) भारतीय राज्यांसंबंधित धोरण तसेच त्यांच्यांशी युद्धघोषणा किंवा शांतता-करार करणे यासाठी सेक्रेटरी ऑफ स्टेटला कौन्सिल ऑफ इंडियाची परवानगी घेणे आवश्यक होते.

(ii) भारतीय राजस्वातून कुठलाही खर्च करणे वा त्या आधारावर कसलेही कर्ज उभारणे यासाठी कौन्सिल ऑफ इंडियाची परवानगी घेणे सेक्रेटरी ऑफ स्टेटवर बंधनकारक नव्हते.

वरीलपैकी किती विधाने बरोबर आहेत?

(A) फक्त (i) (B) फक्त (i)
(C) (i) व (ii) (D) वरीलपैकी एकही नाही.

23) खालीलपैकी कुणी सामान्य जनतेला उपजीविका व नोकरीच्या ठिकाणी चांगल्या सुविधा मिळाव्यात या उद्देशाने १९११ मध्ये सोशल सर्व्हिस लीगची स्थापना केली?

(A) जी. के. गोखले (B) एम. जी. रानडे
(C) एन. एम. जोशी (D) श्रीनिवास शास्त्री

24) खालील विधानांचा विचार करा.

(i) सर तेजबहाददूर सप्रू व सर मोहंमद शफी भारतीय काँग्रेसचे प्रतिनिधी म्हणून

पहिल्या गोलमेज परिषदेला उपस्थित होते.

(ii) दुसऱ्या गोलमेज परिषदेत महात्मा गांधी हे काँग्रेसचे एकमेव प्रतिनिधी होते.

वरीलपैकी किती विधाने बरोबर आहेत?

(A) फक्त (i) (B) फक्त (ii)

(C) (i) व (ii) (D) वरीलपैकी एकही नाही.

25) 'Doctrine of Passive Resistance' या नावाने अरविंद घोषांनी लिहिलेली लेखमाला खालीलपैकी कुठल्या आंदोलनाशी संबंधित होती?

(A) स्वदेशी व बहिष्कार आंदोलन (B) कायदेभंगाचे आंदोलन

(C) असहकार आंदोलन (D) यंग बंगाल आदोलन

26) शिवाजींच्या प्रशासनामध्ये 'सरनौबत' या अधिकाऱ्याची भूमिका काय होती?

(A) खेड्यांचा नेता (B) पत्रव्यवहारासंबंधी कारकून

(C) पायदळाचा अधिकारी (D) महसुली कागदपत्रांची जबाबदारी

27) भारतीय स्वातंत्र्य आंदोलनाच्या संदर्भात 'विद्युत् वाहिनी' या सैन्याचे संघटन खालीलपैकी कशाशी संबंधित आहे?

(A) प्रती सरकार (B) ताम्रलिप्त जातीय सरकार

(C) हिंदुस्थान सोशॅलिस्ट रिपब्लिकन असोसिएशन (D) स्वदेश बांधव समिती

28) खालीलपैकी कुठला ग्रंथ ॲनी बेझंट यांनी लिहिलेला नाही?

(A) हाऊ इंडिया रॉट फॉर फ्रीडम (B) द फ्यूचर ऑफ इंडियन पॉलिटिक्स

(C) द केस फॉर इंडिया (D) इंडिया ओल्ड अँड न्यू

29) खालीलपैकी कुठल्या संस्थानाच्या घटनेचा मसुदा महात्मा गांधींनी केला होता?

(A) औंध (B) बडोदा

(C) जामनगर (D) म्हैसूर

30) खालीलपैकी कुणाच्या कारकिर्दीत काँग्रेसवर बंदी घालण्यात आली व १,२०,००० लोकांना कैद करण्यात आले?

(A) लॉर्ड रीडिंग (B) लॉर्ड आयर्विन

(C) लॉर्ड विलिंग्डन (D) लॉर्ड लिनलिथगो

31) खालीलपैकी कुठला राग सकाळच्या वेळी गाण्यासाठी योग्य आहे?

(A) भैरव (B) दरबारी

(C) जौनपुरी (D) यमन

32) जैन विद्वान जिनसेन खालीलपैकी कुणाचा समकालीन होता?

(A) पुष्पमित्र शुंग      (B) गौतमीपुत्र सातकर्णी

(C) समुद्रगुप्त      (D) अमोघवर्ष

33) द्राविड शिल्पशैलीचा उगम कांचीच्या ज्या कैलासनाथ मंदिरापासून झाला ते मंदिर कुणाच्या काळात बांधण्यात आले?

(A) महेंद्र वर्मन पहिला      (B) नरसिंह वर्मन दुसरा

(C) नरसिंह वर्मन पहिला      (D) नंदिवर्मन दुसरा

34) खालील विधानांचा विचार करा.

(i) राष्ट्रकूट दंतिदुर्ग एकेकाळी चालुक्य विक्रमादित्य दुसऱ्याचा महासामंत होता.

(ii) चोल राजा विजयालय एकेकाळी मदुराईच्या पाड्यांचा मांडलिक होता.

वरीलपैकी किती विधाने बरोबर आहेत?

(A) फक्त (i)      (B) फक्त (ii)

(C) (i) व (ii)      (D) वरीलपैकी एकही नाही.

35) मुघल कालखंडात खालीलपैकी कुणी अथर्ववेदाचे फारसी भाषेत भाषांतर केले?

(A) अब्दुल हमीद लाहिरी      (B) हाजी इब्राहिम सरहिंदी

(C) खाफी खान      (D) मलिक मुहंमद जायसी

36) खालील विधानांचा विचार करा.

(i) वाकाटक राज्याची स्थापना विंध्यशक्तीने केली.

(ii) चंदेल घराण्याची स्थापना यशोवर्मनने केली.

वरीलपैकी किती विधाने बरोबर आहेत?

(A) फक्त (i)      (B) फक्त (ii)

(C) (i) व (ii)      (D) वरीलपैकी एकही नाही.

37) भारतीय मंदिरस्थापत्याच्या दृष्टिकोनातून खालील घटकांचा विचार करा.

(i) आमलक    (ii) कुंभपंजर    (iii) उपपीठ    (iv) विमान

वरीलपैकी कुठले घटक तंजावरच्या राजराजेश्वर मंदिराचा स्थापत्यशास्त्रीय भाग आहेत

(A) (i), (ii) (iii) फक्त      (B) (i), (iv) फक्त

(C) (ii), (iii) (iv) फक्त      (D) (i), (ii), (iii), (iv)

38) सूची (i) व सूची (ii) यांच्या जोड्या लावा.

सूची (i)      (ii) सूची

(a) वाग्भट्टकृत अष्टांग      (1) काव्यशास्त्र

(b) विमलतनीकृतभागवत्ती (2) व्याकरण

(c) भास्कराचार्य कृत लीलावती (3) गणितशास्त्र

(d) आनंदवर्धनकृत ध्वन्यालोक (4) वैद्यकशास्त्र

| | a | b | c | d |
|---|---|---|---|---|
| A | 1 | 2 | 3 | 4 |
| B | 4 | 2 | 3 | 1 |
| C | 1 | 3 | 2 | 4 |
| D | 4 | 3 | 2 | 1 |

39) अजिंठाच्या चित्रकलेच्या संदर्भात खालीलपैकी कुठले विधान बरोबर नाही?

(A) लेण्यांच्या भिंतीवर कसलीही पूर्वप्रक्रिया न करता ही चित्रे काढली गेली.

(B) दृष्यांच्या वेगवेगळ्या विन्यासांचे विभाजन केलेले नाही.

(C) चित्रांमध्ये प्रामुख्याने जातककथांवरील विषय आहेत.

(D) चित्रांमधील काही पात्रांचा संदर्भ अभारतीय आहे.

40) खालीलपैकी कुणाच्या कारकिर्दीत चेंगीझखानाचा राजदूत दिल्लीच्या सुलतानाच्या दरबारात आला होता?

(A) कुतुबुद्दीन ऐबक (B) शमसुद्दीन अल्तमश

(C) गियासुद्दीन बल्बन (D) जल्लालुद्दीन खलजी

41) रागदर्पण या शास्त्रीय ग्रंथाचे कुणाच्या कारकिर्दीत फारसीमध्ये भाषांतर करण्यात आले?

(A) कैकुबाद (B) मोहंमद बिन तुघलक (C) फिरोजशाह (D) सिंकदर लोदी

42) खालील जोड्यांचा विचार करा.

(1) सालबाईचा तह नाना फडणिसाकडून साष्टीचा ताबा

(2) सेरिंगपट्टणचा तह टिपू सुलतानाकडून गुंटूचा ताबा

(3) देगावचा तह भोसल्यांकडून कटकचा ताबा

(A) फक्त (1) (B) (2) व (3) फक्त

(C) (1) आणि (3) फक्त (D) (1), (2), (3)

43) खालील विधानांचा विचार करा.

(i) अलाहाबाद तहान्वये अवधच्या नवाबाने कोरा व अलाहाबाद हे प्रांत कंपनीला दिले.

(ii) बनारसच्या तहान्वये कंपनीने कोरा व अलाहाबाद हे प्रांत दोन कोटी रुपयांना अवधच्या नवाबाला विकले.

वरीलपैकी किती विधाने बरोबर आहेत?

(A) फक्त (i) (B) फक्त (ii)

(C) (i) व (ii) (D) वरीलपैकी एकही नाही.

44) इंग्रजांनी जेव्हा हुगळीला वखार स्थापली, तेव्हा वार्षिक ३००० रु. शुल्क अदा करण्याच्या अटीवर खालीलपैकी कुणी कंपनीला विशेषाधिकार प्रदान केले?

(A) औरंगजेब (B) अझीमुस शान

(C) शायिस्तेखान (D) शुजा

45) बक्सारच्या युद्धात इंग्लिश सैन्याचे नेतृत्व कुणी केले?

(A) कर्नल कैलँड (B) सर आयर कूट

(C) मेजर मन्रो (D) मेजर योर्क

46) खालील विधानांचा विचार करा.

(i) दिल्लीच्या सम्राटाच्या वतीने सय्यद बंधूंकडून बाजीराव पहिल्याने स्वराज्याचे फर्मान मिळवले.

(ii) वसई काबीज करण्यासाठी बाळाजी विश्वनाथाने पोर्तुगिजांच्या विरोधात मोहीम काढली.

वरीलपैकी किती विधाने बरोबर आहेत?

(A) फक्त (i) (B) फक्त (ii)

(C) (i) व (ii) (D) वरीलपैकी एकही नाही.

47) खालीलपैकी कुठल्या संगीतप्रकाराचा प्रारंभ अमीर खुसरोपासून झालेला नाही?

(A) ध्रुपद (B) ख्याल

(C) कव्वाल (D) तराणा

48) खालीलपैकी कुणी 'Indian Sociologist' हे नियतकालिक सुरू केले?

(A) दादाभाई नौरोजी (B) भिकाइजी कामा

(C) श्यामजी कृष्ण वर्मा (D) जतींद्रनाथ मुकर्जी

49) खालीलपैकी कुठली जोडी बरोबर नाही?

| | |
|---|---|
| (A) अमलगुजार | महसूल वसुली अधिकारी |
| (B) बितिक्ची | चिटणीस (Accountant) |
| (C) मुकादम | सेनानायक |
| (D) कानुंगो | महसुली कागदपत्रांची व्यवस्था ठेवणे |

50) अकबराच्या काळात हरिबन्स, मुकुंद व दसवंत हे कशासाठी प्रसिद्ध होते?

(A) वास्तुरचनाकार (B) चित्रकार

(C) योद्धा (D) लेखक

51) खालीलपैकी कुठले स्थापत्यशास्त्रीय विशेष दिल्ली येथील हुमायूनच्या मकबऱ्याशी संबंधित नाहीत?

(A) कमान (B) छत्र्यांनी संबद्ध उंच घुमट

(C) लाल वालुकाष्माचा वापर (Red Sandstone)

(D) स्वतंत्ररीत्या उभे असलेला मीनार

52) शाहजहानने आग्रा येथे मोती मशिदीचे बांधकाम कुणाच्या सन्मानार्थ केले?

(A) जहांगीर (B) जहांआरा

(C) मुमताज महल (D) आसफ खान

53) खालीलपैकी कुणाचा ग्रंथ प्रामुख्याने शेरशहा सूर याच्यावर आहे?

(A) अब्दुल हमीद लाहोरी (B) याह्या सरहिंदी

(C) अब्बास खान सरवानी (D) मुहंमद कासिम फरिश्ता

54) खालीलपैकी कोण अबुल फजलच्या मृत्यूला कारणीभूत ठरले?

(A) राजपुत्र खुश्रू (B) राजपुत्र सलीम

(C) खान-इ-आझम (D) अझीझ कोका

55) खालीलपैकी कुठल्या किल्ल्यावर राजा जयसिंगाने हल्ला चढवला असताना किल्ल्याचे रक्षण करताना मुरारबाजी देशपांडे व ३०० मावळे धारातीर्थी पडले?

(A) जिंजीचा किल्ला (B) सिंहगड

(C) पुरंदर (D) पन्हाळगड

56) खालील विधानांचा विचार करा.

(i) औरंगजेबाच्या कारकिर्दीत काही मनसबदारांचे जहागिरीच्या माध्यमातून तर काहींचे वेतन रोख स्वरूपात होत असे.

(ii) बहादूर शाहचा उत्तराधिकारी जहांदर शाहने जिझिया कर रद्द केला.

वरीलपैकी किती विधाने बरोबर आहेत?

(A) फक्त (i) (B) फक्त (ii)

(C) (i) व (ii) (D) वरीलपैकी एकही नाही.

57) सूची (i) व (ii) सूची यांच्या जोड्या लावा.

| सूची (i) अकबराचे अधिकारी | सूची (ii) कार्य |
|---|---|
| (a) मीर आतिश | (1) तोफखान्याचा अधिकारी |
| (b) मीर बहर | (2) जलमार्गाचा मुख्य अधीक्षक |
| (c) दिवान-इ-बुयतात | (3) शाही जनान्याचा अधिकारी |
| (d) मीर अदल | (4) न्यायिक अधिकारी |

| | A | B | C | D |
|---|---|---|---|---|
| A | 2 | 1 | 3 | 4 |
| B | 1 | 2 | 4 | 3 |
| C | 2 | 1 | 4 | 3 |
| D | 1 | 2 | 3 | 4 |

58) 'माखफी' या टोपणनावाने कुणी लेखन केले?

(A) गुलबदन बेगम (B) नूरजहाँ (C) जहांआरा (D) रोशन आरा

59) खालील विधानांचा विचार करा

(i) राजा भगवानदासाचे सैन्य १५७० साली हळदीघाटीच्या युद्धात महाराणा प्रतापच्या विरोधात लढले.

(ii) १५८६ मध्ये मानसिंगने काश्मीरचा सत्ताधीश युसुफ खान याला शरण येण्यास भाग पाडले.

वरीलपैकी किती विधाने बरोबर आहेत?

(A) फक्त (i) (B) फक्त (ii)

(C) (i) व (ii) (D) वरीलपैकी एकही नाही.

60) विभिन्न रागांमध्ये गाण्यासाठी किताब इ-नवरस या नावाने कुणी कविता केल्या?

(A) दुसरा इब्रहिम अदिलशहा (B) बुऱ्हान निजाम शाह

(C) इब्राहिम कुतुब शाह (D) तिसरा बल्लाळ

61) खालीलपैकी कुठल्या ग्रंथात विष्णुचित्त पेरियाळवार याने केलेला वैष्णव मताचा पुरस्कार तसेच ह्याची दत्तक कन्या गोदा व भगवान रंगनाथ यांच्यातील प्रेमाचे वर्णन आहे?

(A) स्वरोचिश-संभव (B) आमुक्तमाल्यदा

(C) राघवपांडवीय (D) पांडुरंग माहात्म्य

62) परंपरेनुसार कोशकार अमरसिंह कुणाचा समकालीन होता?

(A) अश्वघोष (B) पाणिनी (C) पतंजली (D) कालिदास

63) खालील विधानांचा विचार करा.

(i) महाभारताला हरिवंश नावाची पुरवणी आहे.

(i) मार्कंडेय पुराण प्राचीन पुराणांपैकी एक असून ह्यात इंद्र, अग्नी, सूर्य अशा वैदिक दैवतांचे वर्णन आहे.

वरीलपैकी किती विधाने बरोबर आहेत.

(A) फक्त (i) (B) फक्त (ii)

(C) (i) व (ii) (D) वरीलपैकी एकही नाही.

64) खालीलपैकी कुठल्या नाटकात गरीब ब्राह्मण चारुदत्त व सदाचारी गणिका वसंतसेना यांच्यातील प्रेमाचे वर्णन आहे?

(A) मालतीमाधव (B) मृच्छकटिक

(C) प्रियदर्शिका (D) रत्नावली

65) गुप्तकालाच्या संदर्भात 'उद्रंग' हा शब्द काय अर्थ दर्शवितो?

(A) सैन्यातील कनिष्ठ पद (B) राजसभेचा अधिकारी

(C) चलन एकके (D) जमिनीवरील कर

66) गुप्त व त्यांच्या उत्तराधिकाऱ्यांच्या संदर्भात 'विष्टी' या शब्दाचा अर्थ काय होतो?

(A) जमिनीवरील उत्पन्नातील राजाचा वाटा

(B) वेठबिगार

(C) आपत्कालीन करा

(D) स्थानिक ग्रामप्रमुखांनी आकारलेला कर

67) खालील विधानांचा विचार करा.

(i) नाणी तयार करण्यासाठी सातवाहन काळात प्रामुख्याने सोन्याचा वापर होत असे.

(ii) राजराजा चोलाच्या काळातील नाण्यांच्या अग्रभागावर उभ्या असलेल्या राजाची तर पृष्ठभागावर बसलेल्या राजाची आकृती आहे.

वरीलपैकी किती विधाने बरोबर आहेत?

(A) फक्त (i) (B) फक्त (ii)

(C) (i) व (ii) (D) वरीलपैकी एकही नाही.

68) महान वैद्य 'चरक' खालीलपैकी कुणाच्या राज्यसभेत होते?
(A) गौतमीपुत्र सातकर्णी (B) नहपान
(C) कनिष्क (D) रुद्रदमन

69) खालीलपैकी कुठल्या ग्रंथात 'टोळी' या अर्थाने गोत्र हा शब्द सर्वप्रथम येतो?
(A) ऋग्वेद (B) अथर्ववेद
(C) ऐतरेय ब्राह्मण (D) अर्थशास्त्र

70) खालीलपैकी कुणाचे प्रतीकात्मक चित्रण 'रिक्त सिंहासनाच्या' रुपात भारतीय शिल्पात केलेले आहे?
(A) राम (B) बुद्ध
(C) सूर्य (D) महावीर

71) बेसनगर येथील स्तंभालेखाप्रमाणे इंडो-ग्रीक राजाचा राजदूत हेलिओडोरस कुणाचा भक्त होता?
(A) वासुदेव (B) पशुपतिनाथ (C) बुद्ध (D) सूर्य

72) जवाहरलाल नेहरूंच्या पुरदृष्टीनुसार विज्ञान व तंत्रज्ञान भारताच्या विकासाला स्वातंत्र्यानंतर आवश्यक आहे. कुठल्या भारतीय प्रौद्योगिकी संस्थानाची (IIT) स्थापना सर्वप्रथम झाली?
(A) IIT मद्रास (B) IIT खरगपूर
(C) IIT दिल्ली (D) IIT मुंबई

73) खालील पदार्थांचा विचार करा.
(i) पाषाण (ii) चुनेगच्ची (iii) पक्की माती
(A) (i) फक्त (B) (i) व (iii)
(C) (ii) व (iii) फक्त (D) (i), (ii) व (iii)

74) सूची (i) व (ii) सूची यांच्या जोड्या लावा.

सूची (i) शिल्प   सूची (ii) घराणे
(a) धौली हत्ती   (1) शुंग
(b) सांची स्तूप प्रवेशद्वार   (2) मौर्य
(c) कार्ले स्तूप   (3) सातवाहन

|   | A | B | C |
|---|---|---|---|
| A | 2 | 1 | 3 |
| B | 2 | 3 | 1 |
| C | 3 | 1 | 2 |

D 1 2 3

75) अशोकाच्या प्रशासनाच्या संदर्भात कनिष्ठ अधिकाऱ्यांपासून वरिष्ठ अधिकाऱ्यांचा खालीलपैकी कोणता क्रम योग्य आहे?

(A) प्रादेशिक - महामात्र- रज्जुक (B) महामात्र-रज्जुक-प्रादेशिक

(C) प्रादेशिक - रज्जुक-महामात्र (D) महामात्र-प्रादशिक-रज्जुक

76) अशोकाच्या संदर्भात पुढील विधानांचा विचार करा.

(i) पुराणांमध्ये अशोकाचा उल्लेख अशोक-वर्धन असा आहे. पण आपल्या शिलालेखांत त्याने ह्या नावाचा वापर केलेला नाही.

(ii) अशोक या नावाचा उल्लेख केवळ पश्चिमी क्षत्रप रुद्रदमन याच्या शिलालेखात आहे.

(A) (i) फक्त (B) (i) व (iii)

(C) (ii) व (iii) फक्त (D) (i), (ii) व (iii)

77) खालीलपैकी कुठल्या घराण्याच्या कालखंडात १,००,००० श्लोकांच्या महाभारताचा उल्लेख सर्वप्रथम येतो?

(A) मौर्य (B) शुंग (C) सातवाहन (D) गुप्त

78) खालीलपैकी कुणी महावीराबरोबर परम ज्ञानाच्या शोधात सहा वर्षे खडतर तप केले?

(A) अजित केशकंबलिन (B) पदुक कात्यायन

(C) पुराण कस्सप (D) गोसाल मंखलीपुत्त

79) पवित्र बौद्ध ग्रंथावरील उपदेशशास्त्र व विभासशास्त्र हे टीकाग्रंथ कसे निर्माण केले गेले?

(A) या ग्रंथांची निर्माण निर्मितीपुत्र तिस्साच्या मार्गदर्शनाखाली अशोकाच्या काळात भरलेल्या धर्मपरिषदेत करण्यात आले.

(B) कनिष्काच्या काळात भरलेल्या चौथ्या धर्मपरिषदेत हे ग्रंथ निर्माण केलेली गेले.

(C) मिलिंदाच्या राज्यात नागसेनाने हे ग्रंथ निर्माण केले.

(D) वत्तगामी अभय याने बौध्द विद्वानांच्या भरवलेल्या सभेत या ग्रंथांचे निर्माण केले.

80) १७७३ च्या रेग्युलेटिंग ॲक्टच्या संदर्भात पुढील विधानांचा विचार करा.

(i) १७७३ च्या कायद्याअन्वये स्थापित सर्वोच्च न्यायालयाला विस्तृत अधिकारक्षेत्र असून त्यात ईस्ट इंडिया कंपनी व तिच्या नियंत्रणाखालील प्रदेशांचा समावेश होता.

(ii) तत्कालीन सर्वोच्च न्यायालयाला बंगाल सरकारने केलेल्या कायद्यांच्या संदर्भात नकाराधिकार होता.

वरीलपैकी किती विधाने बरोबर आहेत?

(A) फक्त (i) (B) फक्त (ii)

(C) (i) व (ii) (D) वरीलपैकी एकही नाही.

81) खालील विधानांचा विचार करा.

१७७३ च्या रेग्युलेटिंग अॅक्टचा उद्देश

(i) ईस्ट इंडिया कंपनीची घटना सुधारणे

(ii) कंपनीच्या कर्मचाऱ्यांनी भारतात केलेली बेकायदेशीर कृत्ये व दडपशाहीविरुद्ध उपायोजना करणे.

वरीलपैकी किती विधाने बरोबर आहेत?

(A) फक्त (i) (B) फक्त (ii)

(C) (i) व (ii) (D) वरीलपैकी एकही नाही.

83) लोकांमध्ये भीती उत्पन्न करण्यासाठी खालीलपैकी कुणाला जाहीररीत्या फाशी देण्यात आले?

(A) अल्लुरी सीताराम राजू (B) बिरसा मुंडा

(C) चंद्रशेखर आझाद (D) वेलू थंपी

84) १९२० च्या इंडियन ट्रेड युनियन काँग्रेसचे पहिले अध्यक्ष कोण होते?

(A) बिपिनचंद्र पाल (B) चित्तरंजन दास

(C) लाला लजपत राय (D) डॉ. राजेंद्रप्रसाद

85) अलिप्त राष्ट्र चळवळीची पहिली परिषद कुठे भरली होती?

(A) बांडुंग १९५९ (B) बांडुंग १९६१

(C) बेलग्रेड १९५५ (D) बेलग्रेड १९६१

86) सूची (i) व (ii) सूची यांच्या जोड्या लावा.

| सूची (i) | सूची (ii) |
|---|---|
| उठाव | नेता |
| (a) कच्छ उठाव | (1) चितु सिंग |
| (b) खासी उठाव | (2) सिधू व कान्हु |
| (c) रामोशी उठाव | (3) राव भारमल |
| (d) संथाळ उठाव | (4) तीरथ सिंग |

|   | A | B | C | D |
|---|---|---|---|---|
| A | 2 | 1 | 4 | 3 |
| B | 2 | 4 | 1 | 3 |
| C | 3 | 1 | 4 | 2 |
| D | 3 | 4 | 1 | 2 |

87) १८५७ च्या उठावाच्या संदर्भात खालीलपैकी कुणी मार्च १८५८ मध्ये झाशीला वेढा घातला होता?

(A) मेजर जनरल विंधेम     (B) मेजर जनरल हॅवलॉक

(C) सर कॉलिन कँपबेल     (D) सर ह्यू रोज

88) अर्थशास्त्रात नमूद केल्याप्रमाणे अंतपाल या अधिकाऱ्यावर कुठली जबाबदारी होती?

(A) ग्रामीण कागदपत्रांचे जतन

(B) शाही घोडेस्वारांचे नियंत्रण

(C) राजाच्या अंगरक्षकांना वेतन देणे

(D) रस्त्यांची व्यवस्था व सुरक्षा

89) इल्बर्ट बिल प्रकरणाने खालीलपैकी कुठल्या संस्थेचा जन्म झाला?

(A) इंडियन असोसिएशन     (B) ऑल इंडिया नॅशनल कॉन्फरस

(C) ब्रिटिश इंडियन असोशिएशन     (D) जातीय सभा

90) १९४८ मध्ये घटना समितीने भाषिक प्रांतरचना आयोगाची निर्मिती भाषिक प्रांतरचनेच्या मागणीचा अभ्यास करण्यासाठी केली. या आयोगाचे अध्यक्ष कोण होते?

(A) जवाहरलाल नेहरू     (B) न्यायमूर्ती एस. के. दर

(C) न्यायमूर्ती फाजल अली     (D) पट्टाभी सीतारामय्या

91) खालील विधानांचा विचार करा.

(i) अल्तमशने सिजदा(मुजरा) व पायबोस (पायाचे चुंबन) या प्रथा राजाप्रती आदर दर्शवण्यासाठी सुरू केल्या.

(ii) बल्बनने 'टंका' हे चांदीचे नाणे व 'जितल' हे तांब्याचे नाणे सुरू केले.

वरीलपैकी किती विधाने बरोबर आहेत?

(A) फक्त (i)     (B) फक्त (ii)

(C) (i) व (ii)     (D) वरीलपैकी एकही नाही.

92) दिल्लीच्या सुलतानशाहीच्या संदर्भात खालीलपैकी कुणी 'दिवाण-इ-अमीर कोही' (कृषी विभाग) स्थापन केला?

(A) अल्लाउद्दीन खलजी (B) फिरोझशाह तुघलक

(C) मोहंमद बिन तुघलक (D) शम्सुद्दीन तुघलक

93) दिल्लीच्या सुलतानशाहीत 'मुस्तफ-इ-ममालिक' याचे कार्य काय होते?

(A) लेखापरीक्षण (B) दानधर्म

(C) न्याय (D) लष्कर

94) राज्यारोहणानंतर फिरोझशाहने कुठले कृषिकर रदद केले?

(A) सोंधार (B) अबवब

(C) मुहद्दिसत (D) तकावी

95) सूची (i) व (ii) सूची यांच्या जोड्या लावा.

| सूची (i) पंथ/परंपरा | सूची (ii) पणेता |
|---|---|
| (a) चिश्ती परंपरा | (1) शेख अहमद सरहिंदी |
| (b) नक्शबंदी परंपरा | (2) शेख बहाउद्दीन झकारिया |
| (c) कादिरी परंपरा | (3) शेख हमीदुद्दीन |
| (d) सुहरावर्दी परंपरा | (4) सईद मखदुम मुहंमद जिलानी |

| | A | B | C | D |
|---|---|---|---|---|
| A | 3 | 4 | 1 | 2 |
| B | 1 | 4 | 3 | 2 |
| C | 3 | 1 | 4 | 2 |
| D | 1 | 3 | 2 | 4 |

96) 'कलिला व दिम्ना' हा ग्रंथ खालीलपैकी कशाशी संबंधित आहे?

(A) हिंदू दर्शन पद्धती (B) शासनाची कला

(C) सुफी संतांची वचने (D) अरबी विज्ञान पद्धती

97) कागदावर लिहिलेले भारतातील पहिले हस्तलिखित ज्याचा काळ इ.स. १२२३-२४ आहे, कुठल्या भागातून उपलब्ध झाले?

(A) पंजाब (B) राजस्थान

(C) गुजरात (D) बंगाल

98) सूची (i) व (ii) सूची यांच्या जोड्या लावा.

| सूची (i) घराणे | सूची (ii) ठिकाण |
|---|---|
| (a) अदिलशाही | (1) अहमदनगर |
| (b) बरीदशाही | (2) वऱ्हाड |
| (c) इमादशाही | (3) बिदर |

(d) निजामशाही (4) विजापूर

(e) कुतुबशाही (4) गोवळकोंडा

| | A | B | C | D | E |
|---|---|---|---|---|---|
| A | 3 | 2 | 4 | 1 | 5 |
| B | 4 | 3 | 2 | 5 | 1 |
| C | 3 | 2 | 4 | 5 | 1 |
| D | 4 | 3 | 2 | 1 | 5 |

99) पर्शियावरून आलेल्या अब्दुर रझाकने जेव्हा हम्पीला भेट दिली, तेव्हा विजयनगरचा सम्राट कोण होता?

(A) अच्युत देवराय (B) देवराय दुसरा

(C) कृष्णदेवराय (D) सदाशिव राय

100) 'वरदंबिकापरिणयम' ह्या ग्रंथाचा कर्ता कोण?

(A) अलसादी पेद्दणा (B) गंगा देवी

(C) कृष्णदेव राय (D) तिरुमलंब देवी

101) विजयनगरचा प्रसिद्ध सम्राट कृष्णदेवराय कुठल्या घराण्याचा होता?

(A) अरविदु (B) संगम

(C) साळुव (D) तुळुव

102) खालीलपैकी कुठल्या सत्ताधीशाने १६५९ साली अफजलखानाच्या नेतृत्वाखाली शिवाजी विरुद्ध मोठी फौज पाठवली?

(A) बिदर (B) विजापूर

(C) गोवळकोंडा (D) खानदेश

103) शेरशहाच्या काळात अमील या अधिकाऱ्यावर काय जबाबदारी होती?

(A) परगण्याच्या स्तरावर पोलिस अधिकारी म्हणून काम पाहणे.

(B) ग्रामसमितीचा प्रमुख (C) खजिनदाराला मदत करणे

(D) जमीन-महसुलाच्या दृष्टीने जमिनीची मोजणी करणे.

104) शेरशहाच्या कारकिर्दीच्या संदर्भात पुढील विधानांचा विचार करा.

(i) महत्त्वाच्या रस्त्यांवर प्रवाशांची सुरक्षितता व व्यवस्था राखण्याच्या हेतूने त्याने नियमित अंतरावर 'सराया' बांधल्या.

(ii) आधीच्या राजवटीतील बनावट नाण्यांच्या जागी त्याने प्रमाणित चांदीची व तांब्याची नाणी प्रचलित केली?

वरीलपैकी किती विधाने बरोबर आहेत?

(A) फक्त (i) (B) फक्त (ii)

(C) (i) व (ii) (D) वरीलपैकी एकही नाही.

105) बौद्ध वाङ्मयात उल्लेख असल्याप्रमाणे खालीलपैकी कुठले घराणे अवंतीवर राज्य करत होते?

(A) इक्ष्वाकू (B) हर्यंक (C) पौरव (D) प्रद्योत

106) खालीलपैकी कुठले महाजनपद यमुनेच्या तीरावर होते.

(A) अंग (B) अवंती

(C) मत्स्य (D) वत्स

107) उत्तर पांचालांच्या मुख्य शाखेचा संस्थापक कोण होता?

(A) पुरू (B) मुद्गल

(C) अल्यु (D) तुर्वसू

108) खालीलपैकी कुठल्या राजवटीत मलिक अंबर मुख्य प्रधान होता?

(A) अहमदनगर (B) विजापूर

(C) गोवळकोंडा (D) खानदेश

109) प्रागैतिहासिक काळातील धान्य उत्पादनाचे ठिकाण 'मेहेरगढ' कुठे आहे?

(A) घग्गर नदीच्या तीरावर (B) कच्छच्या रणाचा पूर्व भाग

(C) बोलन नदीच्या तीरावर (D) पश्चिम बुलचिस्थानमध्ये

110) खालीलपैकी कुठल्या ठिकाणी नाम-पट्ट अभिलेख (Sign board inscription) सापडला आहे?

(A) राखीगढी (B) ढोलवीरा (C) कालीबंगन (D) अमरी

111) सिंधू संस्कृतीच्या संदर्भात पुढील विधानांचा विचार करा.

(i) ढोलवीराचे शहर तटबंदीने सुरक्षित चर्तुभूज-समांतर आकारात होते.

(ii) कालीबंगनमध्ये नांगराने नागरलेले शेत सापडले. जेथे नांगराने सऱ्या पाडल्याचा पुरावा मिळालेला आहे.

वरीलपैकी किती विधाने बरोबर आहेत?

(A) फक्त (i) (B) फक्त (ii)

(C) (i) व (ii) (D) वरीलपैकी एकही नाही.

112) खालील विधानांचा विचार करा.

(i) ऋग्वेदामध्ये राजाच्या न्यायप्रशासनाविषयी तपशीलवार माहिती दिलेली आहे.

(ii) अथर्ववेदात दुर्ष व बकऱ्याची कातडी (अजिन) यांचा व्यापाराच्या वस्तु म्हणून उल्लेख आहे.

वरीलपैकी किती विधाने बरोबर आहेत?

(A) फक्त (i) (B) फक्त (ii)

(C) (i) व (ii) (D) वरीलपैकी एकही नाही.

113) खालील विधानांचा विचार करा.

(i) थकित कर्जाच्या बदल्यात दास्यत्व पत्करण्याची प्रथा वैदिक कालखंड ते बुद्धाचा काळ या कालखंडात प्रचलित नव्हती.

(ii) वैदिक कालखंडात उच्च वर्गाच्या स्त्रियांना संपत्तीवर अधिकार नव्हता तसेच पुनर्विवाहाचापण अधिकार नव्हता.

वरीलपैकी किती विधाने बरोबर आहेत?

(A) फक्त (i) (B) फक्त (ii)

(C) (i) व (ii) (D) वरीलपैकी एकही नाही.

114) कठोपनिषद खालीलपैकी कशाशी संबंधित आहे?

(A) ऋग्वेद (B) सामवेद

(C) यजुर्वेद (D) अथर्ववेद

115) प्राचीन भारताच्या संदर्भात परिषद आख्यात म्हणजे काय?

(A) गावातील ज्येष्ठ व्यक्तींनी न्यायसभेत दिलेला निर्णय

(B) लग्नसमारंभात पुरोहिताने केलेले मंत्रोच्चार

(C) राजाने प्रजेप्रती करावयाच्या वर्तनाचे नियम व व्यवस्था

(D) यज्ञबळींच्या संदर्भातील आख्यान कथांचे उच्चारण

116) पंचरात्र पद्धती खालीलपैकी कुठल्या संप्रदायाशी संबंधित होती?

(A) हीनयान पंथ (B) महायान पंथ

(C) निर्ग्रंथी (D) वैष्णव

117) प्राचीन भारताच्या संदर्भात कार्षापणाचा अर्थ काय होतो?

(A) ताम्रपट (B) सामान्य नाणी

(C) सेलखडीचे (steatite) शिक्वो (D) मंदिरांच्या भिंतीवर कोरलेले शिलालेख

118) खालीलपैकी कुणी एप्रिल १९०६ मध्ये 'युगांतर' हे पाक्षिक सुरू केले?

(A) जतीद्रनाथ बसु व बिपिनचंद्र (B) बारींद्रकुमार घोष व भूपेंद्रनाथ दत्त

(C) अश्विनीकुमार दत्त व सतीश चंद्र मुखर्जी (D) कुष्णकुमार मित्र व हेमचंद्र कानुंगो

119) खालीलपैकी कोण झुरिच येथील प्रो-इंडिया कमिटीचा अध्यक्ष होते व पुढे इंडियन नॅशनल पार्टी या पक्षाची स्थापना केली?

    (A) चंपाकरमण पिल्लाई     (B) चिदंबरम पिल्लाई

    (C) मादाम बी. आर. कामा     (D) कांच अय्यर

120) खालील विधानांचा विचार करा.

    (i) सूर्यसेन यांच्या नेतृत्वाखालील क्रांतिकारकांनी चितगाव येथे प्रोव्हिजनल इंडिपेंडंट गव्हर्नमेंट ऑफ इंडियाची स्थापना केली.

    (ii) नेताजी सुभाषचंद्र बोस यांनी सिंगापूर येथे प्रोव्हिजनल गव्हर्नमेंट ऑफ फ्री इंडियाच्या स्थापनेची घोषणा केली.

    वरीलपैकी किती विधाने बरोबर आहेत?

    (A) फक्त (i)   (B) फक्त (ii)   (C) (i) व (ii)   (D) वरीलपैकी एकही नाही.

□□

उत्तरे :

| | | | | | | |
|---|---|---|---|---|---|---|
| 1) ñ C | 21) ñ D | 41) ñ C | 61) ñ B | 81) ñ C | 101) ñ D | |
| 2) ñ B | 22) ñ A | 42) ñ C | 62) ñ D | 82) ñ B | 102) ñ B | |
| 3) ñ C | 23) ñ C | 43) ñ A | 63) ñ C | 83) ñ D | 103) ñ D | |
| 4) ñ C | 24) ñ B | 44) ñ D | 64) ñ B | 84) ñ C | 104) ñ C | |
| 5) ñ A | 25) ñ A | 45) ñ C | 65) ñ D | 85) ñ D | 105) ñ D | |
| 6) ñ A | 26) ñ C | 46) ñ A | 66) ñ B | 86) ñ D | 106) ñ D | |
| 7) ñ C | 27) ñ B | 47) ñ A | 67) ñ D | 87) ñ D | 107) ñ C | |
| 8) ñ D | 28) ñ D | 48) ñ C | 68) ñ C | 88) ñ C | 108) ñ A | |
| 9) ñ D | 29) ñ B | 49) ñ C | 69) ñ B | 89) ñ B | 109) ñ D | |
| 10) ñ A | 30) ñ D | 50) ñ B | 70) ñ C | 90) ñ B | 110) ñ B | |
| 11) ñ D | 31) ñ A | 51) ñ D | 71) ñ A | 91) ñ D | 111) ñ D | |
| 12) ñ A | 32) ñ D | 52) ñ D | 72) ñ B | 92) ñ C | 112) ñ B | |
| 13) ñ C | 33) ñ C | 53) ñ C | 73) ñ A | 93) ñ A | 113) ñ A | |
| 14) ñ C | 34) ñ C | 54) ñ B | 74) ñ A | 94) ñ B | 114) ñ C | |
| 15) ñ B | 35) ñ B | 55) ñ C | 75) ñ D | 95) ñ C | 115) ñ D | |
| 16) ñ B | 36) ñ A | 56) ñ B | 76) ñ D | 96) ñ B | 116) ñ D | |
| 17) ñ | 37) ñ D | 57) ñ D | 77) ñ D | 97) ñ C | 117) ñ B | |
| 18) ñ A | 38) ñ B | 58) ñ C | 78) ñ D | 98) ñ D | 118) ñ B | |
| 19) ñ C | 39) ñ A | 59) ñ D | 79) ñ B | 99) ñ B | 119) ñ A | |
| 20) ñ C | 40) ñ B | 60) ñ A | 80) ñ D | 100) ñ D | 120) ñ B | |

# महत्त्वाच्या संकल्पना

## १) सभा आणि समिति

दोन्हीही संस्था वैदिक काळातीलच आहेत. सभा ही प्रारंभी जनकुळांची सर्वसामान्य संस्था होती व पुढे तिचे महाजन संस्थेत रूपांतर झाले. परंतु समितीने तिचे लोकशाही स्वरूप वैदिक कालाच्या अखेरपर्यंत टिकविले. सभा लोकांचे एकत्र येण्याचे स्थान होते. तसेच सभेत न्यायदानही चालत असे. यजुर्वेद संहितेमध्ये सभेचा उल्लेख ग्राम व अरण्य असा केलेला होता. समिती राष्ट्रांच्या प्रतिनिधींची सभा. समितीमध्ये शांततेने वादविवाद होत. समितीत प्रत्येकाला मतस्वातंत्र्य. निर्णय बहुमताने होत असे.

## २) भारतवर्ष

या खंडप्राय देशाला भरतावरून भारत हे नाव पडले. समुद्राच्या उत्तरेस आणि हिमाचलाच्या दक्षिणेस असलेले वर्ष हे भारत वर्ष होय. विष्णुपुराणामध्ये भरत नावाच्या राजाच्या वर्णनावरून 'भारतवर्ष' असे नाव भारतास पडले. ज्या प्रदेशात मनूच्या संततीने निवास केला व ज्या प्रदेशात मनूचे रीतिरिवाज प्रचलित झाले, त्या देशाला भारतवर्ष म्हणतात. यामध्ये मतभिन्नता दिसून येते.

## ३) पुरुषार्थ

हिंदू धर्मातील एक कल्पना, धर्म, अर्थ, काम, मोक्ष अशी चतुर्विध पुरुषार्थांची कल्पना होती. 'धर्म म्हणजे' शुद्ध नैतिक आचरण होय. अर्थ म्हणजे उपयुक्ततावादाशी जुळणारे साध्य, काम म्हणजे उपभोग्य वस्तू किंवा उपभोगरूप जीवनक्रम होय. मोक्ष म्हणजे संसारातून कायमची सुटका.

## ४) वर्णाश्रमधर्म

सतातन वैदिक धर्माचा आधार स्तंभ, ब्राह्मण, क्षत्रिय, वैश्य, शूद्र हे चातुवर्ण्य होते. मनुष्याचे समाजातील स्थान व त्याची कर्तव्ये, हक्क व जबाबदारी यांचा विचार वर्णधर्मात केलेला आहे. बह्मचार्य, गृहस्थाश्रम, वानप्रस्थ, संन्यास हे चार आश्रम होत. विशिष्ट वयातील विशिष्ट कर्तव्ये कोणती व भौतिक, आध्यात्मिक उन्नती, साधण्यासाठी मनुष्याने करावयाच्या गोष्टी आश्रमधर्मात सांगितल्या आहेत. धर्म, अर्थ, काम, मोक्ष हे चार पुरुषार्थ साध्य करण्याचा एक मुख्य उपाय आश्रमव्यवस्थेच्या रूपाने सांगितलेला आहे.

## ६) पंचशील

जागतिक राजकारणाला पंडित नेहरूंनी दिलेली देणगी म्हणजे पंचशील तत्त्वे. पंडित नेहरूंनी आंतरराष्ट्रीय सलोख्याच्या आणि सहकार्याच्या संबंधात पंचशीलचा पुनरुच्चार करून भारतीय परंपरेला अकल्पितपणे उजाळा दिला. या पंचशीलात पुढील तत्त्वांचा समावेश होतो.

१) सर्व राष्ट्रानी एकमेकांचे सार्वभौमत्व मान्य करणे.

२) प्रत्येक राष्ट्राला स्वातंत्र्य व स्वायत्ता असणे.

३) कोणत्याही राष्ट्राने अन्य राष्ट्रांवर आक्रमण न करता समानतेच्या भूमिकेवरून परस्परांचा मान राखणे.

४) कोणत्याही राष्ट्राने अन्य राष्ट्रांच्या अंतर्गत कारभारात हस्तक्षेप न करणे.

५) शांततामय सहजीवनाला अनुकूल अशी मनोवृत्ती व परिस्थिती यांचा विकास करणे.

या पंचशीलाबरोबरच तटस्थता, युद्धविरोध, वाटाघाटी, शांततामय सहजीवन या चतुःसूत्रीचीही घोषणा केली.

## ७) बलुता

गावची विविध प्रकारची सेवा हे बलुतेदार करत. या श्रमाचा मोबदला म्हणून गावच्या जमीनधारकांकडून त्यांना सुगीच्या काळात धान्यांचा काही भाग दिला जात असे. याला 'बलुता' म्हणत. बलुतेदार बारा होते. बलुत्याचा दर पूर्वी निरनिराळ्या ठिकाणी वेगवेगळा पण निश्चित असे. बलुत्याचे हे उत्पन्न कायम स्वरूपाचे असल्यामुळे ते कायमचे रहिवासी झाले आणि वतनदार बनले.

## ८) वतन

सरकारकडून एखाद्या ग्रामाधिकाऱ्याला मिळालेली जमिनीची देणगी म्हणजे वतन होय. मराठी माणसाने आपल्या जीवनात वतनाला फार महत्त्वाचे स्थान दिले होते. वंशपरंपरेने प्राप्त अधिकार, हक्क, उत्पन्न, नेमणूक व मिळकत यांना वतन म्हणतात. वतनदारीचे दोन प्रकार आहेत. राजांना हवी असेल तेव्हा लष्करी किंवा इतर मदत देण्याच्या अटीवर जी वतने दिली जातात ती सरंजामी वतने होत आणि गावकीत जी वतने मिळत ती ग्रामव्यवस्थेतल्या विशिष्ट कामासाठी असत. ग्रामव्यवस्थेत कुलकर्णी, पाटील, देशमुख, देशपांडे हे महत्त्वाचे वतनदार होते.

### ९) यज्ञ

यज्ञ हा शब्द यज् या धातूपासून उत्पन्न झाला आहे. सन्मान, संघटन, दान या तीन तत्त्वांनी युक्त असे हे यज्ञकर्म आहे. ज्यामध्ये दुसऱ्याला काही देणे आहे असे त्यागप्रधान कर्म म्हणजे यज्ञ होय. आपल्यापेक्षा श्रेष्ठ त्यांचा सन्मान, बरोबरीच्यांना प्रेमाने जोडणे, (संघटन) आपल्यापेक्षा लहान असणाऱ्यांना काहीतरी देणे म्हणजे दान, देवतांच्या उद्देश्याने द्रव्याचा त्याग करणे (मीमांसा). प्राचीन काळी यज्ञात दिलेल्या आहुती म्हणजे देवांना दिलेले भोजनच त्यायोगे ते आपले कल्याण करतात. यज्ञाच्या योगे ज्योतिषशास्त्र, शरीरशास्त्र, तत्वज्ञान, विविध कला यांचा विकास झाला.

### १०) सत्याग्रह

अन्यायाचा शांतपणे व निश्चयाने प्रतिकार करण्याचा एक अभिनव अहिंसक मार्ग, सत्याचा आग्रह धरणे म्हणजे सत्याग्रह. या वृत्तीचा उगम माया, प्रेम, प्रीती इत्यादी कौटुंबिक भावनात होतो. आदर्श कौटुंबिक जीवनात पाळली जाणारी तत्त्वे सर्व मानवी संबंधांना लागू करणे हीच सत्याग्रहाची जीवनप्रवृत्ती होय. सत्याची पूर्ण प्रचिती व तादात्म्य हे सत्याग्रहाचे आदर्श होत. सत्याग्रहाचे जीवन म्हणजे आत्मशुद्धी, संयम, सेवा, स्वार्थत्याग व आत्मसमर्पण या गुणसमुच्चयाचा एक अखंड व आनंदमय असा क्रम आहे. स्वतःच्या कृतीने विरोधकांच्या पुढे उच्चतर मूल्यांचा आदर्श ठेवून त्यांची मने जिंकण्यात व बदलण्यातच खरा पुरुषार्थ आहे. त्यातच सत्याग्रहाचे रहस्य आहे.

### ११) श्रेणी

श्रेणी म्हणजे व्यावसायिक संघटना - जातकांत १८ प्रकारच्या श्रेणींची नावे सापडतात. कौटिल्याने अर्थशास्त्रामध्ये श्रेणीबलाचा उल्लेख केला आहे. सातवाहन-काळामध्ये शिलालेखात पुढील सहा श्रेणींचा उल्लेख आहे. १) ओदयांत्रिक २) निलापिसक ३) कुलरिक ४) कौलिक ५) धन्यात्रिक ६) वंसकार. धर्मशास्त्रामध्ये श्रेणीधर्माचा उल्लेख आढळतो. श्रेणीमध्ये विविध जातींचा समावेश होतो. मिताक्षरा या ग्रंथात असे म्हटले आहे. वस्तुतः श्रेणी ही व्यावसायिक संघटना असल्यामुळे तिच्यात भिन्न जातींचे घटक असू शकतात. मनू व याज्ञवल्क्य यांच्या कालातील श्रेणी ही संस्था मध्ययुगात टिकून असली, तरी तिच्या अंतर्गत कार्यपद्धतीत व नियमात कालामानानुसार काही बदल होणे साहजिक होते.

## १२) संस्कार

ज्या क्रियेच्या योगाने मनुष्याच्या ठिकाणी सद्गुणाचे विकसन व संवर्धन होते, त्या क्रियेला संस्कार म्हणतात. गौतम धर्मसूत्रात ४८ संस्कार सांगितले आहेत. शेवटी कमी होऊन १६ राहिले आहेत. संस्कार हे मुख्यतः त्रैवर्णिकांना सांगितले आहेत. सर्व संस्कार हे मनुष्याच्या अंतरातल्या श्रद्धा, भावना, स्वभाव आणि अतिमानुष शक्ती यांच्याशी निगडित आहेत.

## १३) स्त्रीधन

ज्या मिळकतीवर कोणत्याही वेळी स्त्रीला कमी जास्त प्रमाणात अनिर्बंध मालकी हक्क सांगता येतो, त्याला स्त्रीधन असे म्हणतात. स्त्रीधन ही हिंदू संस्कृतीतील एक अभिमानास्पद बाब मानली गेली आहे. आर्थिकदृष्ट्या स्त्री ही कमकुवत असून वेळप्रसंग तिला आर्थिक साहाय्य मिळण्याची व्यवस्था करणे आवश्यक आहे, याची जाणीव हिंदू समाजात प्राचीन काळापासून होती.

## १४) विष्टी / करा

ज्यास कृषी नाही तो रोजंदारी करे. अशा व्यक्तीकडून शासन कर घेत असे. पण त्यास शासनाकडून संरक्षण मिळत असे. राजाद्वारा प्राप्त रक्षणाच्या बदल्यात त्या व्यक्तीला सेना अथवा अधिकारी वर्गाकडे निःशुल्क काम करावे लागे त्यास विष्टी असे म्हणतात.

## १५) देशमुख

मध्ययुगीन महाराष्ट्रातील महत्त्वाचा वतनदार. देश म्हणजे परगणा होय. (हल्लीचा लहान तालुका) त्यावर अधिकार गाजविणारा हा वतनदार देशाच्या अंतर्गत व्यवस्थेत तो सर्वाधिकारी असे. देशमुखी वतनाचे महत्त्व लक्षात घेऊन रामचंद्रपंत अमात्यांनी असे म्हटले की, ते स्वल्पच आहेत परंतु देशनायकच आहेत. हे लोक राज्याचे दायादच आहेत. उत्पन्नात वाढ करण्यासाठी शेतकऱ्यांना उत्तेजन देऊन त्यांचा खंड माफ करण्याचे अधिकार देशमुखाचे होते. तंटे मिटविणे, सीमा ठरविणे, रयतेवर सरकारी जुलूम होऊ न देणे, मिरासी हक्क देणे हे सर्व देशमुखांच्या अधिकारात असत.

## १६) दंडनीती / अर्थशास्त्र

दंडाच्या बळावर प्रजेला योग्य मार्गाने नेणे आणि शासनव्यवस्था सुनियंत्रित राखणे म्हणजे दंडनीती होय. महाभारताच्या शांतिपर्वात राजाचे मुख्य कर्तव्य प्रजापालन व प्रजेला न्याय देणे, हे मानलेले होते. राजाच्या अधिकाराला दंड अशी संज्ञा प्राप्त झाली. दंडनीतीमुळे चारही वर्णाचे लोक आपापली कर्तव्ये योग्य प्रकारे करतात. अधर्मापासून दूर राहतात.

## १७) महाराष्ट्रधर्म

महाराष्ट्र धर्म ही संज्ञा प्रथम गुरूचरित्रात आढळते. संपूर्ण समाज एका धार्मिक चौकटीत बांधला जाऊन सामाजिक पारंपरिकतेमध्ये नवीन तत्त्वाची व मार्गदर्शनाची भर पडली, त्यालाच महाराष्ट्र धर्म असे म्हणतात. १२ व्या शतकात चक्रधर व ज्ञानेश्वर यांनी उदासीनतेला पोहोचलेल्या समाजजीवनात संजीवनी निर्माण केली व महाराष्ट्रधर्माचा पाया घातला गेला. महानुभाव पंथी व वारकरी पंथी संतांनी महाराष्ट्राच्या धार्मिक व सांस्कृतिक क्षेत्रात १२ व्या व १३ व्या शतकापासून अजोड कामगिरी बजावली. महाराष्ट्र धर्माने आध्यात्मिक क्षेत्रातील सामाजिक समतेचा व श्री विठ्ठलाच्या भक्तीचा उपदेश लोकांना करून त्यांच्यात जागृती केली. १७ व्या शतकात वैशिष्ट्यपूर्ण संतांनी अध्यात्माला सामाजिक जागृतीची जोड देऊन 'महाराष्ट्र धर्म' जागवला.

## १८) परगणा

महसुलाच्या व्यवस्थेसाठी प्रदेशाचा पाडलेला विभाग म्हणजे परगणा. परगण्यास मामलेदार नेमला जाई. त्याच्या हाताखाली एक लाख रुपये उत्पन्नाचा प्रदेश असे.

## १९) उत्क्रांती/पुनरुज्जीवन

१३ व्या शतकामध्ये पुनरुज्जीवनास सुरुवात झाली. पुनरुज्जीवनवादी घडामोडींमुळे युरोपात नव्या युगाचा अध्याय सुरू झाला. नवीन शोध लागले, राष्ट्र राज्य संकल्पना पुढे आल्या, राष्ट्रवादी वृत्तीचा उदय झाला. आंतरराष्ट्रीय व्यापार, वसाहतवाद, साम्राज्यवाद यांचा उदय, साक्षरतेचा प्रसार झाला. अंधश्रद्धा व धार्मिक कल्पनांना तडे गेले. व्यापार उदीम वाढला. धर्मनिरपेक्ष विचारांची वाटचाल सुरू झाली. या पुनरुज्जीवनामुळे प्रबोधनकाळाला सुरुवात झाली.

## २०) उपयुक्ततावाद

१९ व्या शतकाच्या उत्तरार्धात निरनिराळ्या विचारप्रवाहांची चर्चा झाली. बेंथॅमने मात्र एक व्यावहारिक तत्त्वज्ञान म्हणून सुखदुःखाच्या कल्पनेवर आधारित उपयुक्ततावाद मांडला. जेम्स मिल, जॉन, स्टुअर्ट मिल, यांसारख्या अनेक विचारवंतांनी यामध्ये वैचारिक भर घालून उपयुक्ततावाद विकसित केला. उपयुक्ततावाद हा नैतिकता, राजनीती आणि विधिनिर्माणाच्या कक्षेतील असा सिद्धान्त आहे. ज्यात नीतिनियमांचा निर्णय योग्य, अयोग्य ठरवण्यात व्यक्तीच्या सुखाला प्राधान्य देण्यात येते.

## २१) व्यापारवाद

व्यापारवाद ही संकल्पना एक आर्थिक पद्धती म्हणून संबोधता येईल, अशा विकसित स्वरूपाची विचारसरणी नव्हती. आपल्या हितसंबंधांना जपणारा व्यापारवाद्यांचा एक गटच १७ व्या आणि १८ व्या शतकात युरोपात अस्तित्वात होता. व्यापार उदीम वाढवणे हाच उपाय राष्ट्राच्या उत्कर्षासाठी केला गेला. त्यातूनच या संकल्पनेचा उदय झाला. व्यापारवाद म्हणजे त्या काळच्या सनदी अधिकारी, राजकारणी व्यक्ती आणि वित्तीय व व्यापार करणाऱ्यांनी आपल्या हिताकरिता प्रसृत केलेले विचार होते.

## २२) संघराज्यवाद

राजकीय व्यवस्थाप्रकारांपैकी ही नवीन राजकीय व्यवस्था मानली जाते. संघराज्यवादामध्ये एकाच देशाचे प्रादेशिक विशालतेमुळे केंद्र सरकार व घटकराज्य सरकारे यांत अधिकारांची विभागणी केली जाते. त्यासाठी लिखित राज्यघटना परिदृढ स्वरूपाची असते. भारतासारख्या संघराज्यात एकेरी नागरिकत्व आहे. भारतीय संघराज्य हे केंद्रोत्सारी पद्धतीने जन्मास आले आहे. संघराज्य पद्धत ही औद्योगिकदृष्ट्या विशाल राज्यासाठी उपयुक्त मानली जाते. लहान राज्यासाठी एकात्म पद्धतीचा अवलंब केला जातो.

## २३) आर्थिक राष्ट्रवाद

प्रत्येक राष्ट्र आर्थिक बाबतीत आपल्या इच्छेनुसार कोणतीही विचारसरणी स्वीकारण्याच्या बाबतीत स्वतंत्र आहे. अशा प्रकारचा सिद्धान्त म्हणजे आर्थिक राष्ट्रवाद. तिसऱ्या जगातील राष्ट्रे आपल्या देशाच्या अर्थव्यवस्थेला परदेशी वर्चस्वापासून मुक्त ठेवण्याची मागणी करीत आहेत. भारतातील आर्थिक राष्ट्रवादाचे समर्थक याचा संबंध स्वदेशीच्या सिद्धान्ताशी जोडतात आणि बहुराष्ट्रीय संस्थांच्या वाढत्या वर्चस्वावर प्रतिबंध घालण्याची मागणी करतात. तसेच अर्थव्यवस्थेच्या जागतिकीकरणालाही विरोध करतात.

## २४) वसाहतवाद

दुसऱ्या देशात जाऊन व्यापाराच्या, राजकीय प्रभुत्वाच्या व सत्तेच्या जोरावर स्थानिक लोकांची पिळवणूक करणे म्हणजे वसाहतवाद होय. वसाहतवादाचा उद्देश म्हणजे आपली वांशिक व सांस्कृतिक श्रेष्ठता दाखवण्याचा प्रयत्न होय. नौकानयन, औद्योगिक क्रांतीमध्ये अग्रेसर असलेल्या इंग्लंडने वसाहतवाद फैलावला व १८ व्या शतकानंतर भारतावर लक्ष केंद्रित केले. खुला व्यापार, अनिर्बंध अर्थव्यवस्था, शिक्षणप्रसार, व्यापारातील वाढ यामुळे वसाहतवाद संपुष्टात येऊ लागला. लोकशाही, स्वातंत्र्य, राष्ट्रवाद यांच्या पुरस्काराने वसाहतवाद संपला.

## २५) आर्थिक निःसारण

१८६७ साली दादाभाईंनी हा सिद्धान्त मांडला. दादाभाईंनी देशातील दारिद्र्याची कारणमीमांसा केली. इंग्लंडकडे जात असलेला संपत्तीचा ओघ हे त्याचे मूलभूत कारण आहे. इंग्रज लोक या देशात येऊन व्यापार करून फायदा मिळवितात, येथील कापडाच्या निर्यातीवर जबर जकात बसवितात. परदेशी मालाच्या आयातीला प्रोत्साहन देतात. भांडवल गुंतवणूक करून त्यावरील व्याज व नफा मिळवितात. ईस्ट इंडिया कंपनीचे नोकर खाजगी व्यापार करतात व अशा तऱ्हेने राष्ट्राचे रक्तशोषणच चालेले आहे. असे दादाभाईनी प्रतिपादन केले.

## २६) चौथाई

१७ व्या १८ व्या शतकातील मराठी राज्याच्या उत्पन्नाची एक बाब. चौथाईची वसुली राज्याच्या खजिन्यात जमा होई. चौथाई ही महसुली उत्पन्नाच्या एकचतुर्थांश असे. शिवाजीमहाराजांनी रामनगरच्या कोळी राजावर चौथाई कर बसविला. पेशवाईत मराठे सर्व प्रांतांत जाऊन वसुली करत होते.

## २७) पौर्वात्यवाद

पूर्वेकडील प्रदेशाच्या संकल्पनेची, भौतिक समृद्धीची तसेच येथील संस्कृती पाश्चात्यांपेक्षा वेगळी होती याची कल्पना पाश्चात्यांना आली. पूर्वीय प्रदेशाविषयी एक प्रकारचे आकर्षण पाश्चात्त्य जगात निर्माण झाले. या भागातील समाज, संस्कृतीकरण, विद्या, वाङ्मय, तत्त्वज्ञान, धर्म, जीवनपद्धती यांविषयी जिज्ञासा निर्माण झाली. त्यातच पौर्वात्य वादाचा उगम झाला. पौर्वात्यवादी दृष्टिकोनातून भारताबाबतचा विचार व अभ्यास १८ व्या शतकात सुरू झाला. १९ व्या शतकाच्या सुरुवातीपासूनच तो विचार आटत गेला. पौर्वात्यवादी भूमिका मागे पडून त्याची जागा साम्राज्यवादी भूमिकेने घेतली.

## २८) हिंदू कोड बिल

इ.स. १९४२ मध्ये 'ऑल इंडिया शेड्यूल कास्ट्रस फेडरेशन' या पक्षाची स्थापना आंबेडकरांनी केली. घटनेचा मसुदा तयार केला. हिंदू कोड बिलही त्यांनीच लोकसभेला सादर केले. इ.स. १९४४ साली हिंदू कायदा समिती स्थापन करण्यात आली. हिंदू स्त्रियांना पुरुषांच्या बरोबरीने अधिकार आणि सामाजिक दर्जा प्राप्त व्हावा, व त्यासाठी कायदेशीर तरतूद केली जावी, असे या समितीचे उद्दिष्ट होते. या समितीने हिंदूकोड बिल तयार केले. ११ एप्रिल १९४७ रोजी केंद्रीय कायदे मंडळात 'हिंदू कोड बिल' या नावाने एक विधेयक सादर केले. त्यातील तरतुदींना हिंदूनी विरोध दर्शविला. ते विधेयक अनिर्णित राहिले. शेवटी ते त्याचे रूपांतर हिंदू विवाह कायद्यात झाले.

## २९) भूदान

जमिनीच्या प्रश्नावरून निर्माण झालेला असंतोष दूर करावा आणि समाजाची न्यायभावना जागृत करावी म्हणून आचार्य विनोबा भावे यांनी 'भूदान चळवळीला' प्रारंभ केला. कोठेही कायद्याचा अथवा जबरदस्तीचा अवलंब न करता मानवी हृदयातील कारुण्यभावनेला आवाहन करून जमिनी मिळवून त्यांचे वाटप करण्याचा उद्देश या भूदान चळवळीमागे होता. सर्व समाजात आमूलाग्र बदल घडविणे हेही भूदानाचे कार्य आहे. सहयोग, सदिच्छा यांवर आधारित समाजजीवन जमीनदारांचे हृदयपरिवर्तन घडवून आणेल, हे तत्त्वज्ञान भूदान चळवळीमागे आहे. काही काळापुरतीच ही चळवळ यशस्वी झाली. पुढे तिला उतरती कळा लागली.

## ३०) मिश्र अर्थव्यवस्था

यांत सामाजिक व खाजगी अशी दोन्हीही कार्ये करतात. मिश्र अर्थव्यवस्था ही भांडवलशाही अर्थव्यवस्था व समाजवादी अर्थव्यवस्था यांतील तडजोड आहे. मिश्र अर्थव्यवस्थेत देशाच्या संपूर्ण अर्थव्यवस्थेचे सार्वजनिक क्षेत्र, संयुक्त क्षेत्र व खाजगी क्षेत्र असे तीन विभाग येतात. भांडवलशाहीच्या विकासामुळे निर्माण झालेल्या आर्थिक समस्या व साम्यवादाच्या विकासामुळे निर्माण झालेल्या आर्थिक समस्या व साम्यवादाचे चढाऊ धोरण यांच्या द्वंद्वांमधून मिश्र अर्थव्यवस्थेची कल्पना उदयाला आली. मिश्र अर्थव्यवस्थेतील सार्वजनिक विभागाचा विकासकार्यक्रम नियोजनबद्ध आणि कालबद्ध असतो.

## ३१) खिलाफत

१९१९ च्या नोव्हेंबरमध्ये दिल्लीला खिलाफत परिषद झाली. त्याचे अध्यक्ष महात्मा गांधी होते. महात्मा गांधींच्या सल्ल्यानुसार अखिल भारतीय खिलाफत समितीने असहकाराच्या कार्यक्रमात सामील होण्याचा ठराव केला. समितीच्या दोन मागण्या होत्या. त्या पुढीलप्रमाणे १) खलिफाची सत्ता पुन्हा प्रस्थापित करणे. २) ब्रिटिशांच्या धोरणाचा निषेध करणे. कॉंग्रेसने खिलाफत चळवळीस पाठिंबा दिला. ८ जुलै १९२१ रोजी खिलाफत समितीची परिषद भरली. त्यानंतर खिलाफत चळवळीचा जोर वाढू लागला. १९२२ मध्ये खिलाफत चळवळ संपुष्टात आली.

### ३२) स्वदेशी

१९०५ मध्ये बंगालची फाळणी झाल्यानंतर त्याचा निषेध म्हणून स्वदेशी चळवळीला प्रारंभ झाला. विदेशी मालावर बहिष्कार टाकल्याने त्याचा फटका ब्रिटिश व्यापाऱ्यांना बसला. स्वदेशीचा खप वाढू लागल्याने भारतीय उद्योगांना चालना मिळाली. स्वदेशी चळवळ हा कामगार चळवळीतील एक महत्त्वाचा टप्पा ठरला. या चळवळीतून आत्मनियमन व आत्मनिर्भरता ही तत्त्वे पुढे आली. तसेच देशाभिमान व राष्ट्रीय ऐक्य या कल्पना जनतेपर्यंत पोहोचल्या.

### ३३) द्विदल

द्विदल म्हणजे शासनसंस्थेची दोन अंगे. स्वातंत्र्यपूर्ण काळात १९१९ मध्ये मॉटग्यू-चेम्सफर्ड सुधारणा झाल्या व त्यांनी केलेल्या शिफारसींचे भारत सरकार कायदा १९१९ मध्ये रूपांतर झाले. प्रांतिक कायदेमंडळातून प्रशासनासाठी काही मंत्र्यांची नेमणूक करण्यात आली. मंत्र्याचा हा गट कायदेमंडळाला जबाबदार होता. यांच्याकडे शेती, शिक्षण, स्थानिक स्वराज्य संस्था, सार्वजनिक आरोग्य अशी खाती होती. अर्थ, कायदा, जमीन महसूल, पोलीस यांसारखी खाती राखीव ठेवली व ही सर्व खाती गव्हर्नरच्या नियंत्रणाखाली गव्हर्नरने नेमलेल्या कार्यकारी मंडळाकडे सोपविण्यात आली. द्विदल म्हणजे भिन्न स्वरूपाची कायदेमंडळे.

### ३४) रायरेखे

विजयनगर साम्राज्यातील शेतसारा मोजण्याचा एक प्रकार, एक परिणाम.

### ३५) तुर्क-ई-चहलगानी

अल्तमशने स्थापन केलेला ४० तुर्की सरदारांचा एकगट यांनाच तुर्कांने-ए-चहलगानी अथवा चालीसा म्हणतात. पुढे बल्लनने सरदारांचे पारिपत्य केले.

### ३६) मदद-ए-माश

धार्मिक आणि सामाजिक कार्यासाठी उपयोग करण्याकरिता दिली गेलेली करमुक्त जमीन. अशा जमिनीला मुगल शकावलीत 'मद्देमाश' तर राजस्थानमध्ये शासन/सूर-ए-गुल म्हणतात.

### ३७) अमरम

विशेष सेवा करण्याच्या बदल्यात जी जमीन प्रदान केली जात असे त्याला अमरम म्हणत.

## ३८) इक्ता

अल्तमशने इक्तादारीला सुरुवात केली. सुलतानशाहीतील सामाजिक प्रशासन–व्यवस्थेचा विचार करताना असे दिसते की, प्रांतिक प्रशासन व्यवस्था ही विविध विभागांमध्ये व साम्राज्याचे विभाजन प्रांतांमध्ये केलेले असे. त्या प्रांताला इक्ता असे म्हणत. इक्ता म्हणजे प्रांत, प्रांतातील शांतता, सुव्यवस्था, महसूल व्यवस्था इत्यादी कामे सुभेदाराला करावी लागत. इक्त्यावर कायमस्वरूपी सुभेदारपदावर नेमणूक होत असे. इक्त्यावर सुलतानाचे नियंत्रण असे. सुभेदाराला वेतन म्हणून इक्त्याच्या महसुलाचा काही भाग मिळत असे. सुभेदाराला वेतन म्हणून इक्त्याच्या महसुलाचा काही भाग मिळत असे. इक्त्यामध्ये ठराविक आकाराचे पायदळ, घोडदळ गरजेनुसार बाळगणे बंधनकारक असे. प्रांतिक प्रशासनाचे सर्वात महत्त्वाचे व मुख्य अंग म्हणजे इक्ता होते.

## ३९) सुलेहकुल (सर्वांसाठी शांतता)

मध्ययुगीन इतिहासातील १५५६ ते १६०५ हा कालखंड सम्राट अकबराच्या आदर्शवादाचा कालखंड समजला जातो. मुस्लिम राज्यकर्त्यांच्या इस्लामीकरणाच्या धोरणाला फाटा देऊन अकबराने सर्व धर्मांप्रती सहिष्णुतेचे धोरण स्वीकारले. मुस्लिम राज्यकर्त्यांच्या अतिरेकी इस्लामीकरणाच्या प्रसाराला पायबंद बसवून अकबराच्या सर्वोच्च तत्त्वास मान्यता दिली गेली. आपले धार्मिक धोरण अकबराने या तत्त्वावर आधारले. सुलेहकुल व सर्व धर्मांना समानतेची वागणूक देऊन सर्व धर्मीयांमधील दुरावा दूर करण्यासाठी त्याने सुल-हु-कुल ह्या तत्त्वांचा अंगीकार करून धार्मिक धोरण सहिष्णू बनविले.

## ४०) सप्तांग

मध्ययुगीन हिंदू राजकीय व सामाजिक संकल्पनांचा अभ्यास विज्ञानेश्वराच्या सुप्रसिद्ध 'मिताक्षरा' या ग्रंथापासून करता येईल. राज्य हे राजा, मंत्री, लोकसमुदाय, दुर्ग, कोष आणि मित्र हे सात घटक मिळून बनलेले आहे. त्यांना 'प्रकृति' अशी संज्ञा आहे. सप्तांग राज्याच्या सिद्धान्ताची तुलना सेंद्रिय सिद्धान्ताशी करता येईल. या सिद्धान्ताचे महत्त्वाचे वैशिष्ट्य म्हणजे ही संकल्पना पूर्णपणे राजकीय आहे.

## ४१) धम्मविजय

कलिंगयुद्धामुळे अशोकाच्या आचारात आणि विचारात क्रांतिकारक बदल घडून आला. जुन्या साम्राज्यविस्ताराच्या धोरणाचा त्याग करून नवीन धर्मविजयाचे धोरण अमलात आणले. दुसऱ्याच्या विचारात बदल घडवून आणून त्यांना आपल्या धर्माची महती पटविल्यास आपल्या धर्माचा प्रसार लवकर होतो असे त्याला आढळले. यालाच धर्मविजयाचे धोरण असे नाव दिले.

**४२) आळवार/नायन्मार**

आळवार म्हणजे तमिळनाडूमधील वैष्णव संत व कवी द. भारतातल्या वैष्णव पंथात दोन मुख्य भेद आहेत. एक आचार्य परंपरा व दुसरी आळवार परंपरा मानणारा. आळवारांची संख्या १२ आहे. आळवार हे इ.स.चे ४थे ते ९वे शतक या कालखंडात होऊन गेले. ते जाती, वर्ण आदी काही भेद मानत नाहीत. 'नालायिर दिव्यप्रबंधम्' या तमिळ ग्रंथात आळवारांची पद्ये संग्रहित आहेत. नायन्मार म्हणजे द. भारतातील शैव संतकवी, त्यांना अरुवत्तुमूवर अडियार किंवा नायन्मार असेही म्हणतात. नायन्मारांची संख्या ६३ असून शुद्र, ब्राह्मण, राजे, रंक इत्यादी सर्व प्रकारचे लोक नायन्मार झाले आहेत. इ.स.चे ५ वे ते १० वे शतक हा त्यांचा काळ. तमिळनाडूमध्ये तसेच दक्षिण भारतात त्यांनी शैवसंप्रदाय सर्वदूर पोचविला. त्यांनी शिवस्तुतिपर अनेक पद्ये रचलेली आहेत.

**४३) अग्रहार**

ही एक महत्त्वाची ग्रामसंस्था होय. प्राचीन काळी राजे लोक विद्वान ब्राह्मणांच्या योगक्षेमासाठी विशिष्ट भूभागाचे दान करीत आणि तिथे त्या ब्राह्मणांची वसाहत उभारून देत. त्या भागाचा महसूलही त्या अग्रहारातल्या लोकांच्या उपजीविकेसाठी लावून दिला जाई. अशा गावांना अग्रहार म्हणत. तिथे राहून विद्वान ब्राह्मण विनाशुल्क अध्यापनाचे कार्य करीत. अशा अग्रहारात अनेक ठिकाणांहून विद्यार्थी अध्ययनासाठी येत. एकेकाळी भारतात सर्वत्र अग्रहार ही संस्था चालत होती. बिल्हण कवीने काश्मिरातल्या अग्रहारांचे विस्तृत वर्णन केले आहे. गोमंतम, कर्नाटक, आंध्र आदी अनेक ठिकाणच्या अग्रहारांचे वर्णन उपलब्ध आहे.

**४४) तैनाती फौज**

इंग्रजांच्या अधीन झालेल्या भारतीय संस्थानिकांनी स्वतःच्या संस्थानाच्या संरक्षणासाठी इंग्रजी फौज पदरी बाळगायची व तिचा खर्च सोसायचा, अशी पद्धत रूढ झाली. या प्रकारच्या फौजेला तैनाती फौज म्हणत.

**४५) अनुद्योगीकरण**

उद्योगाच्या ऱ्हासाची प्रक्रिया. बिटिश कालखंडात अनेक पारंपरिक उद्योगधंद्यांचा जो ऱ्हास घडून आला, त्याचा निर्देश या संज्ञेद्वारा केला जातो.

**४६) साम्यवाद**

कार्ल मार्क्स व त्याचा सहकारी फ्रेडरिक एंजल्स यांनी या तत्त्वज्ञानाची मांडणी केली. वर्गसंघर्ष, त्यामधील कामगारवर्गाचा विजय व कायमगारांच्या सत्तेची प्रस्थापना

या गोष्टी साम्यवादाने मानल्या आहेत. वर्गविरहित व शोषणमुक्त समाजाचे उद्दिष्ट आणि जगातील सर्व कामगारांचा विचार ही साम्यवादाची महत्त्वाची वैशिष्ट्ये होती. आहे रे वर्ग आणि नाही रे वर्ग यांच्यातील संघर्षाची आवश्यकता प्रतिपादन करून साम्यवादाने 'नाहीरे' वर्गात लढाऊ आणि पुरोगामी जाणिवा जागृत केल्या.

**४७) मनसब**

मोगल साम्राज्याच्या प्रशासकीय व्यवस्थेचे एक अंग म्हणजे मनसबदारी व्यवस्था होय. मनसब म्हणजे दर्जा होय. अकबराने याचा पाया रचला. मनसबदाराला रोख वेतन मिळत असे. याला नगद म्हणत. किंवा जमिनी देण्याची पद्धतीही होती. त्यामुळे जहागीरदारी व्यवस्थेचाच हा एक अविभाज्य भाग होता. सैन्यदल प्रशासन, राजधर्म, राजनीती, अर्थव्यवस्था या सर्वच क्षेत्रांवर मनसबदारी पद्धतीचा प्रभाव पडला. याची वैशिष्ट्ये म्हणजे - मनसबदारी ही वंशपरंपरेने मिळत नसे, मनसबदारीची नेमणूक बाहदशहाकडून होत असे. मनसब ही द्विमुखी होती. मनसबदार हे नागरी व लष्करी या दोन्ही विभागाशी जोडलेले असत.

**४८) स्तूप**

मृत व्यक्तीचे स्मारक म्हणून बांधलेले शिल्प. स्तूप या शब्दाचा अर्थ ढिगारा असा आहे. चितेतील अस्थी तसेच दात वा केस यावर तयार केलेला ढिगारा म्हणून त्याला चैत्य म्हणतात.

**४९) खालसा धोरण**

लॉर्ड डलहौसीने (१८४८-५६) राज्यविस्तारासाठी खालसा धोरणाचा अवलंब केला. त्यासाठी तीन मार्ग अवलंबले. १) ज्या राज्यांना वारसदार नाही अशी बिनवारसाची राज्ये खालसा करणे. २) ज्या राज्यकर्त्यांना वारस नव्हते त्यांनी हिंदू पद्धतीने दत्तकपुत्र घेऊन वारसदार नेमला. दत्तकविधान नामंजूर करून राज्ये खालसा केली. ३) काही राज्यांत वारस होता व तो दत्तक पुत्रही नव्हता. परंतु त्या राज्यात अराजकता आहे हे तिसरे कारण पुढे करून ती राज्ये खालसा केली.

**५०) प्रभुत्ववाद**

एखाद्या देशाचे दुसऱ्या देशावर, जमीनदाराचे जमिनीवर, गौर वर्णीयांचे गुलाम-कृष्ण वर्णीयांवर एखाद्या समाजघटकाचे दुसऱ्या समाजघटकावर, धर्म व धर्मगुरूंचे समाजावर, लष्करशाहाचे अर्थव्यवस्थेत प्रशासन-जनतेवर, पक्षाचे राज्यावर, पुरुषांचे स्त्री- जातीवर, नेत्यांचे अनुयायांवर, विशिष्ट विचारसरणीचे समाजघटकांवर आणि एखाद्या संस्कृतीचे दुसऱ्या संस्कृतीवर जे वर्चस्व असते त्याला प्रभुत्ववाद म्हणतात.

सामाजिक, आर्थिक, धार्मिक, वैचारिक व सांस्कृतिक प्रभुत्ववाद परिणामकारक ठरतो. हिंदूइझम, इस्लामिझम, ख्रिश्चनिझम, मार्क्सवाद, विज्ञानवाद, अध्यात्मवाद, वसाहत, भांडवलदार, भौतिकवाद ही प्रभुत्ववादाची रूपे आहेत.

**५१) नागर / द्रविड / वेसार**

उत्तर भारतामधील मंदिराच्या स्थापत्यशैलीस 'नागरशैली', दक्षिण भारतातील मंदिराच्या स्थापत्य शैलीस 'द्रविडशैली' तसेच उत्तर-दक्षिण मंदिरांच्या स्थापत्यशैलीच्या मिश्रित वेसर म्हणतात.

**५२) बोधिसत्व / तीर्थंकर**

बौध्द म्हणजे ज्ञान. ज्ञान प्राप्त असणाऱ्याला बोधिसत्त्व या नावाने ओळखतात. गौतमबुद्धास बोधिसत्त्व असे म्हणतात.

तीर्थंकर – ज्या साधकाने अद्‌भुत सिद्धी प्राप्त करून केवलज्ञान (परिपूर्ण ज्ञान) प्राप्त केलेले असते त्याला जैन धर्मात तीर्थंकर म्हणतात.

**५३) मर्शफ**

मध्यकाळामध्ये पेढी व्यवहार : 'सावकार / महाजन' करत असत. खेड्यातील पेढी व्यवहार करणाऱ्या व्यक्तीस सराफ / श्रॉफ म्हणत असत. व्यावसायिक बँकर जे हुंडीद्वारा देत त्यांना सराफ उधार म्हणत.

**५४) पाळेगार**

दक्षिण भारतातील वंशपरंपरागत कर गोळा करण्याचा अधिकार असणाऱ्या जमीनदारास पाळेगार म्हणतात.

**५५) जहागीर**

मोगल काळातील एक पद. मुगल शासक हे अधिकारी व्यक्तींना प्रदान करत. अशा प्रदेशास जहागीर तर जहागीर धारण करणारास जहागीरदार म्हणत असत.

**५६) दस्तूर**

मोगलकाळात विशेष करून अकबराच्या काळामध्ये साम्राज्य हे (प्रदेश) त्याची उत्पादकता आणि मूल्य लक्षात घेऊन महसुलाच्या दृष्टीने 'दस्तूर' मध्ये विभक्त केले. दस्तूर म्हणजे महसुलाचे क्षेत्र.

**५७) नाडू**

विजयनगरमधील कन्नड प्रांतांना ' नाडू' म्हणत. प्रांतांच्या खालोखाल विजयनगरमध्ये असणारी इतर गावे राज्ये / मंडळ / चवादी / सीमी / वेंठी / स्थल.

## ५८) शाहाना–ए–मण्डी

अल्लाउदीन खलजीने शासकीय बाजार (सराई आदल) ची स्थापना दिल्लीत बदायूँ द्वारा जवळ केली. त्याच्या अध्यक्षास : 'दीवान–ए–रिसायत' म्हणत. तर निरीक्षकास शहशाहना / शहना–ए–मंडी म्हणतात. बाजारभावाचे दरपत्रक शहना–ए–मंडीमध्ये असे.

## ५९) जंगम

लिंगायत लोकांचे गुरू. हे लोक जंगम म्हणजे चललिंगाचे उपासक असल्यामुळे त्यांना जंगम हे नाव मिळाले. प्रत्येक लिंगायताला गुरू असला पाहिजे, असा नियम असल्यामुळे जंगमवर्गाला बरेच महत्त्व प्राप्त झालेले आहे.

☐☐